| | |
|---|---|
| trường học - escola | 2 |
| du lịch - viagem | 5 |
| vận chuyển - transporte | 8 |
| thành phố - cidade | 10 |
| phong cảnh - paisagem | 14 |
| khách sạn - restaurante | 17 |
| siêu thị - supermercado | 20 |
| thức uống - bebidas | 22 |
| thức ăn - comida | 23 |
| nông trại - quinta | 27 |
| nhà - casa | 31 |
| phòng khách - sala de estar | 33 |
| bếp - cozinha | 35 |
| phòng tắm - casa de banho | 38 |
| phòng trẻ em - quarto de criança | 42 |
| y phục - vestuário | 44 |
| văn phòng - escritório | 49 |
| kinh tế - agricultura | 51 |
| nghề nghiệp - profissões | 53 |
| dụng cụ - ferramentas | 56 |
| nhạc cụ - instrumentos musicais | 57 |
| vườn bách thú - jardim zoológico | 59 |
| thể thao - desporto | 62 |
| các hoạt động - atividades | 63 |
| gia đình - família | 67 |
| cơ thể - corpo | 68 |
| bệnh viện - hospital | 72 |
| cấp cứu - emergência | 76 |
| trái đất - terra | 77 |
| đồng hồ - relógio | 79 |
| tuần lễ - semana | 80 |
| năm - ano | 81 |
| hình dạng - formas | 83 |
| màu sắc - cores | 84 |
| đối lập - opostos | 85 |
| con số - números | 88 |
| các ngôn ngữ - idiomas | 90 |
| ai / cái gì / như thế nào - quem / o quê / como | 91 |
| ở đâu - onde | 92 |

Impressum
Verlag: BABADADA GmbH, Nedderfeld 112 , 22529 Hamburg
Geschäftsführer / Verlagsleitung: Harald Hof
Druck: Books on Demand GmbH, In de Tarpen 42, 22848 Norderstedt

Imprint
Publisher: BABADADA GmbH, Nedderfeld 112 , 22529 Hamburg, Germany
Managing Director / Publishing direction: Harald Hof
Print: Books on Demand GmbH, In de Tarpen 42, 22848 Norderstedt, Germany

# trường học
# escola

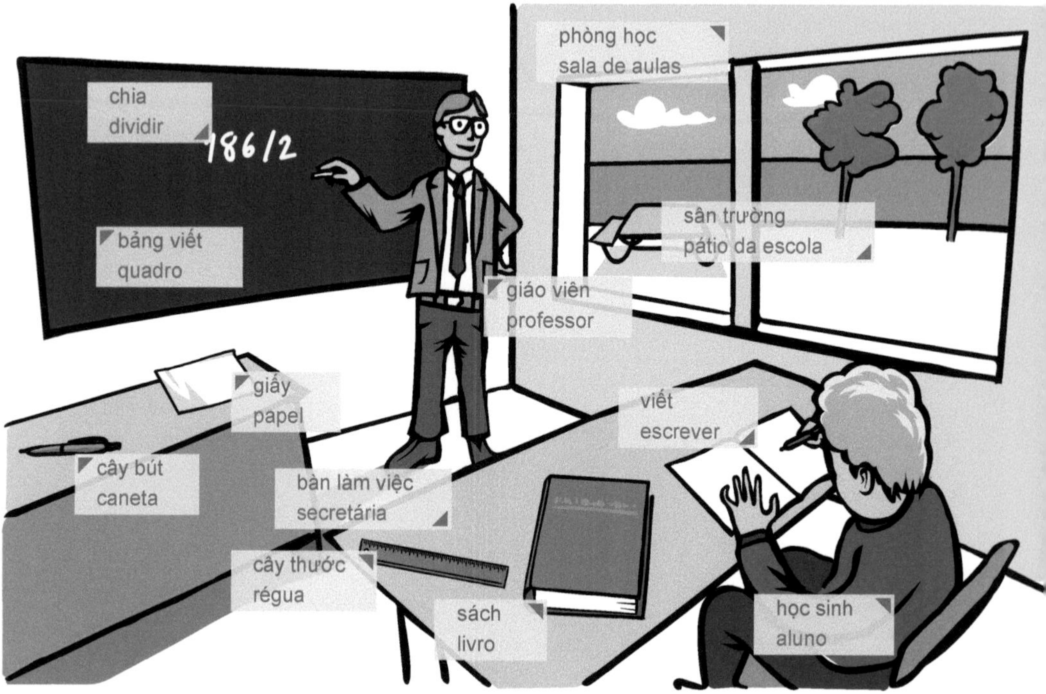

phòng học
sala de aulas
chia
dividir
186/2
bảng viết
quadro
sân trường
pátio da escola
giáo viên
professor
giấy
papel
viết
escrever
cây bút
caneta
bàn làm việc
secretária
cây thước
régua
sách
livro
học sinh
aluno


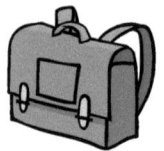

cặp đeo vai học sinh

mochila

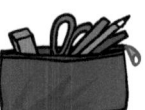

hộp đựng bút

estojo de lápis

bút chì

lápis

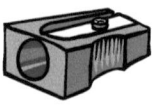

cái gọt bút chì

afia-lápis

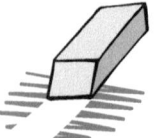

cục tẩy

borracha

tập giấy vẽ

bloco de desenho

bản vẽ

desenho

cọ vẽ

pincel

hộp mực vẽ

caixa de tintas

cây kéo

tesoura

keo dán

cola

sách bài tập

livro de exercícios

bài tập ở nhà

trabalhos de casa

**12**

số

número

**2+2**

cộng

somar

**5-2**

trừ

subtrair

**2×2**

nhân

multiplicar

tính toán

calcular

**A**

chữ cái

letra

ABCDEFG
HIJKLMN
OPQRSTU
VWXYZ

bảng chữ cái

alfabeto

**hello**

từ

palavra

văn bản

texto

đọc

ler

phấn viết

giz

bài học

hora

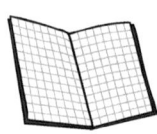

sổ lớp

registo de presenças

thi kiểm tra

exame

chứng chỉ

certificado

đồng phục học sinh

uniforme escolar

giáo dục

educação

từ điển bách khoa

enciclopédia

đại học

universidade

kính hiển vi

microscópio

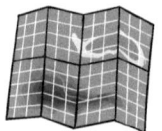

bản đồ

mapa

thùng rác giấy

cesto de lixo

# du lịch
# viagem

khách sạn
hotel
Grand
nhà trọ
hostel
ROOMS
CHANGE
quầy đổi tiền
casa de câmbio
va li
mala
xe ô tô
carro


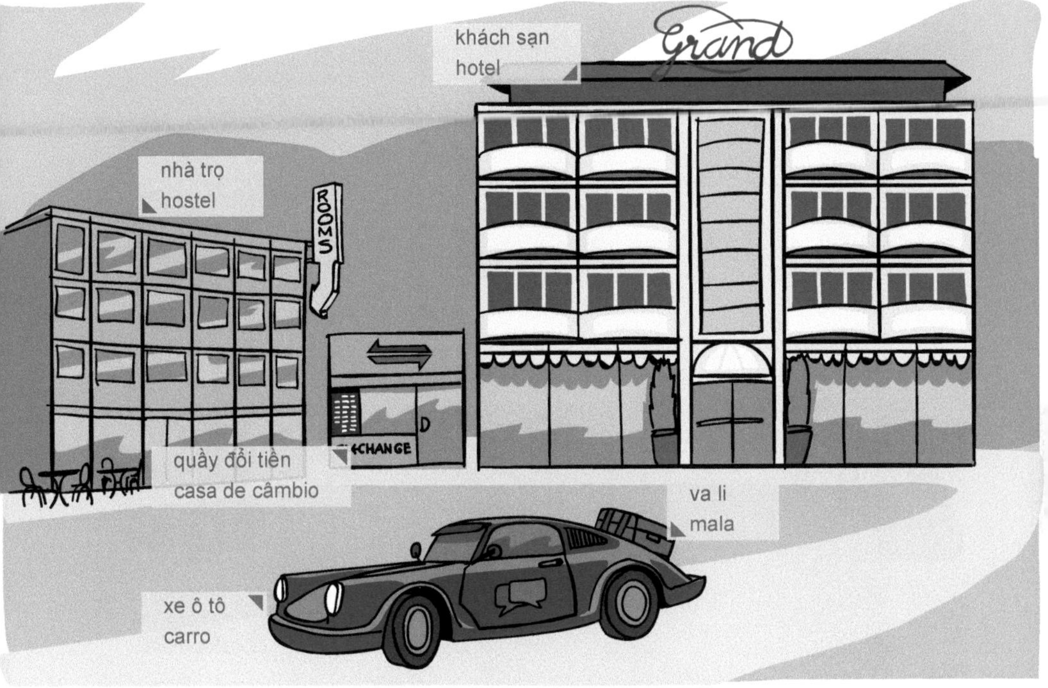

ngôn ngữ

idioma

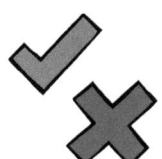

có / không

sim / não

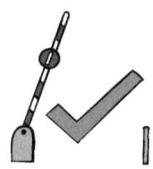

ô kê

ok / certo / correto

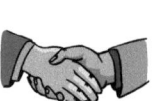

Xin chào

olá

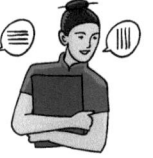

thông dịch viên

intérprete

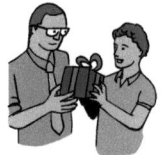

cám ơn

obrigado

… bao nhiêu tiều?

quanto é que custa... ?

tôi không hiểu

não entendo

vấn đề

problema

Xin chào! (buổi tối)

boa noite!

xin chào! (buổi sáng)

Bom dia!

chúc ngủ ngon!

Boa noite!

tạm biệt

adeus

hướng đi

direção

hành lý

bagagem

túi xách

saco

túi ba lô

mochila

khách

convidado

phòng

quarto

túi ngủ

saco-cama

lều

tenda

thông tin du lịch

informação turística

bãi biển

praia

thẻ tín dụng

cartão de crédito

ăn sáng

pequeno-almoço

ăn trưa

almoço

ăn tối

jantar

vé xe

bilhete

thang máy

elevador

tem bưu điện

selo postal

biên giới

fronteira

hải quan

alfândega

đại sứ quán

embaixada

thị thực

visto

hộ chiếu

passaporte

# vận chuyển

## transporte

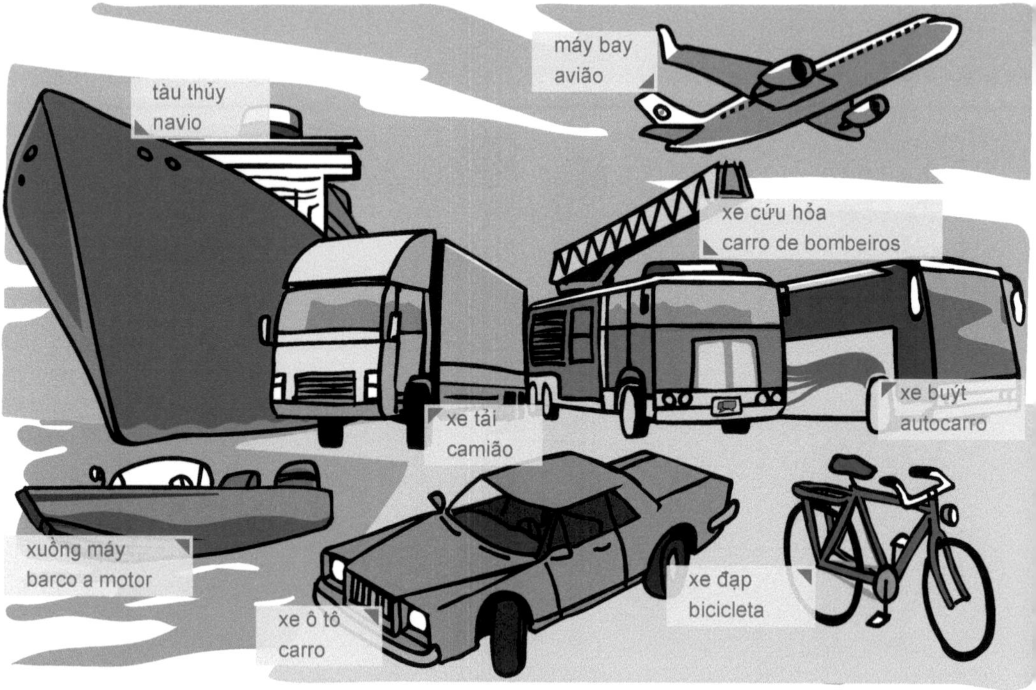

máy bay
avião
tàu thủy
navio
xe cứu hỏa
carro de bombeiros
xe buýt
autocarro
xe tải
camião
xuồng máy
barco a motor
xe đạp
bicicleta
xe ô tô
carro


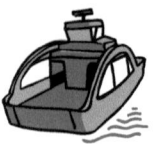

phà

cacilheiro

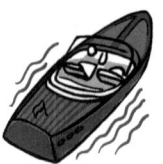

xuồng

barco

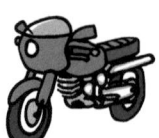

xe máy

mota

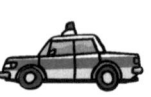

xe cảnh sát

carro de polícia

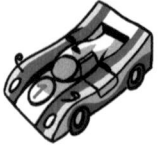

xe đua

carro de corrida

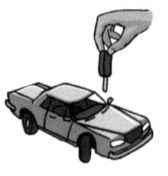

xe cho thuê

carro alugado

dịch vụ thuê xe tự lái

carsharing

xe kéo cứu hộ

camião de reboque

xe rác

camião do lixo

động cơ

motor

xăng

combustível

trạm xăng

estação de serviço

biển báo giao thông

sinal de trânsito

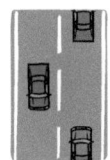

giao thông

trânsito

ách tắc giao thông

congestionamento de trânsito

bãi đậu xe

parque de estacionamento

nhà ga

estação ferroviária

đường ray

carris

xe lửa

comboio

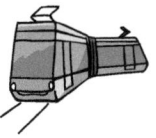

tàu điện

elétrico

toa xe

carruagem

vận chuyển  -  transporte

máy bay trực thăng

helicóptero

sân bay

aeroporto

tháp

torre

hành khách

passageiro

côngtenơ

contentor

thùng các-tông

caixa de papelão

xe đẩy

carrinho

cái giỏ

cesto

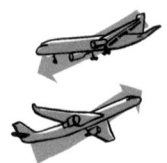

cất cánh / hạ cánh

levantar voo / aterrar

# thành phố
## cidade

làng

aldeia

trung tâm thành phố

centro da cidade

nhà

casa

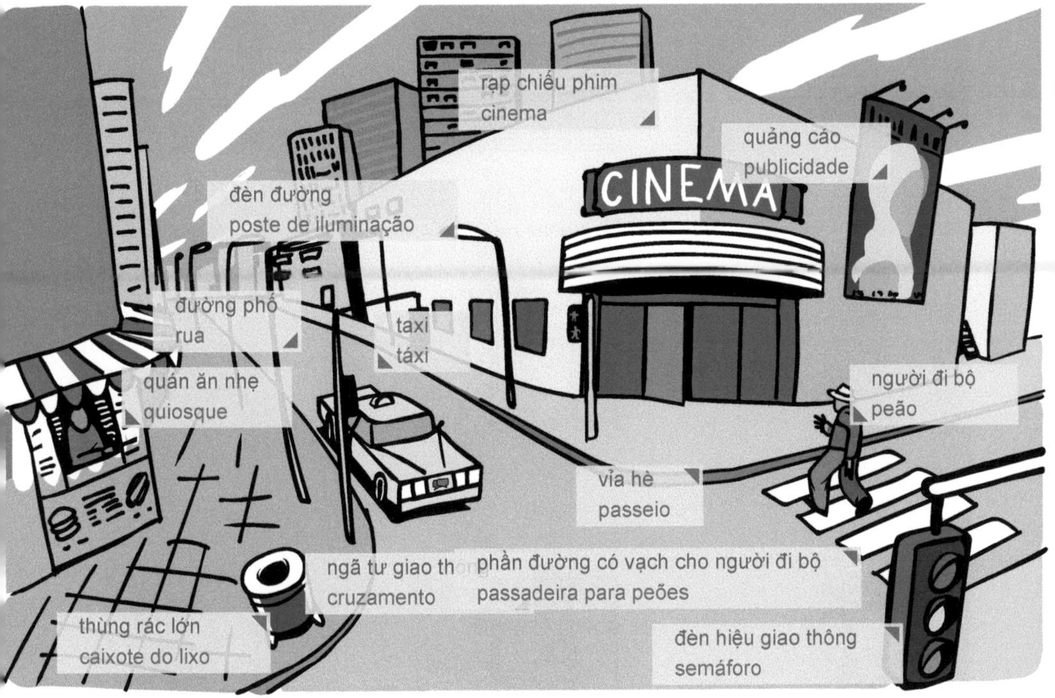
rạp chiếu phim
cinema
CINEMA
quảng cáo
publicidade
đèn đường
poste de iluminação
đường phố
rua
taxi
táxi
quán ăn nhẹ
quiosque
người đi bộ
peão
vỉa hè
passeio
ngã tư giao th
cruzamento
phần đường có vạch cho người đi bộ
passadeira para peões
thùng rác lớn
caixote do lixo
đèn hiệu giao thông
semáforo

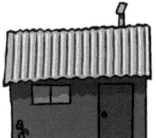

nhà chòi

cabana

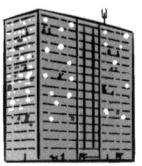

căn hộ

apartamento

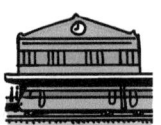

nhà ga

estação ferroviária

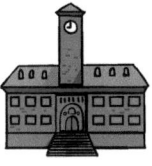

tòa thị chính

câmara municipal

MUSEUM

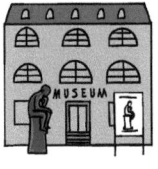

viện bảo tàng

museu

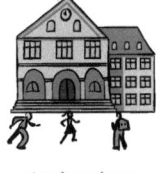

trường học

escola

đại học

universidade

ngân hàng

banco

bệnh viện

hospital

khách sạn

hotel

hiệu thuốc

farmácia

văn phòng

escritório

hiệu sách

livraria

cửa hiệu

loja

cửa hiệu bán hoa

florista

siêu thị

supermercado

chợ

mercado

cửa hàng bách hóa

loja de departamentos

người bán cá

peixaria

trung tâm mua bán

centro comercial

bến cảng

porto

công viên

parque

ghế băng

banco

cầu

ponte

cầu thang

escadas

tàu điện ngầm

metro

đường hầm

túnel

trạm xe buýt

paragem de autocarro

quán bar

bar

khách sạn

restaurante

hòm thư công cộng

caixa de correio

bảng hiệu đường

sinal de trânsito

đồng hồ đậu xe

parquímetro

vườn bách thú

jardim zoológico

bể bơi

piscina

nhà thờ Hồi giáo

mesquita

nông trại
quinta

ô nhiễm môi trường
poluição

nghĩa trang
cemitério

nhà thờ
igreja

sân chơi
parque infantil

ngôi đền
templo

## phong cảnh
## paisagem

lá cây
folha

bảng chỉ đường
placa de sinalização

lối đi
caminho

bãi cỏ
prado

hòn đá
pedra

cây
árvore

người đi bộ đường dài
caminhantes

sông
rio

cỏ
relva

bông hoa
flor

thung lũng
vale

đồi
montanha

hồ nước
lago

rừng
floresta

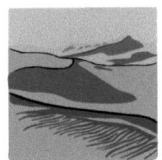

sa mạc
deserto

núi lửa
vulcão

lâu đài
castelo

cầu vồng
arco-íris

nấm
cogumelo

cây cọ
palma

con muỗi
mosquito

con ruồi
mosca

con kiến
formiga

con ong
abelha

con nhện
aranha

bọ cánh cứng

besouro

con ếch

sapo

con sóc

esquilo

con nhím

ouriço

con thỏ

lebre

con cú

coruja

con chim

pássaro

thiên nga

cisne

heo rừng

javali

con hươu

veado

nai sừng tấm

alce

đê

barragem

tuabin gió

turbina eólica

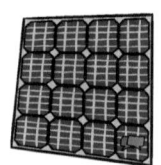

tấm năng lượng mặt trời

painel solar

khí hậu

clima

# khách sạn
## restaurante

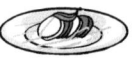

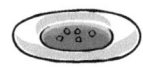

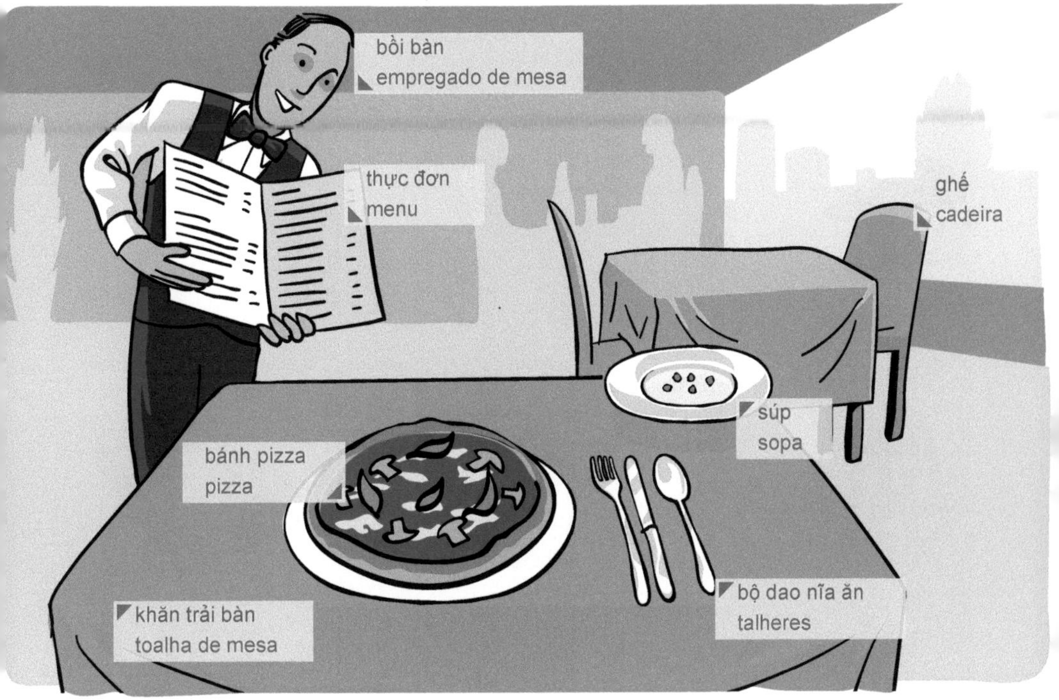
bồi bàn
empregado de mesa
thực đơn
menu
ghế
cadeira
súp
sopa
bánh pizza
pizza
bộ dao nĩa ăn
talheres
khăn trải bàn
toalha de mesa

món ăn khai vị

entrada

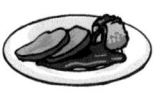

món ăn chính

prato principal

món tráng miệng

sobremesa

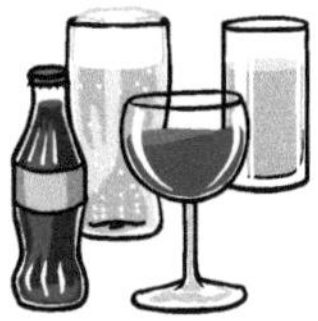

thức uống

bebidas

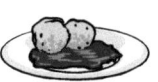

thức ăn

comida

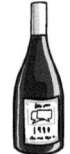

cái chai

garrafa

thức ăn nhanh

fast food

thức ăn đường phố

comida de rua

ấm trà

bule de chá

hộp đường

açucareiro

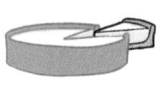

khẩu phần

porção

máy pha espresso

máquina de café expresso

ghế cao

cadeira alta

hóa đơn

conta

khay

bandeja

dao

faca

nĩa

garfo

thìa

colher

thìa uống trà

colher de chá

khăn ăn

guardanapo

cốc thủy tinh

copo

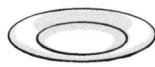

đĩa
prato

đĩa súp
prato de sopa

đĩa lót cốc
pires

nước sốt
molho

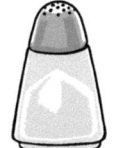

lọ muối
saleiro

cái xay tiêu
moinho de pimenta

giấm
vinagre

dầu
óleo

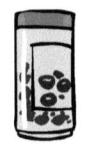

gia vị
especiarias

nước xốt cà chua
ketchup

tương hạt cải
mostarda

nước sốt mayonnaise
maionese

# siêu thị

## supermercado

chào giá đặc biệt
oferta especial
FOR
khách hàng
cliente
sản phẩm từ sữa
laticínios
trái cây
fruta
xe đẩy mua sắm
carrinho de compras

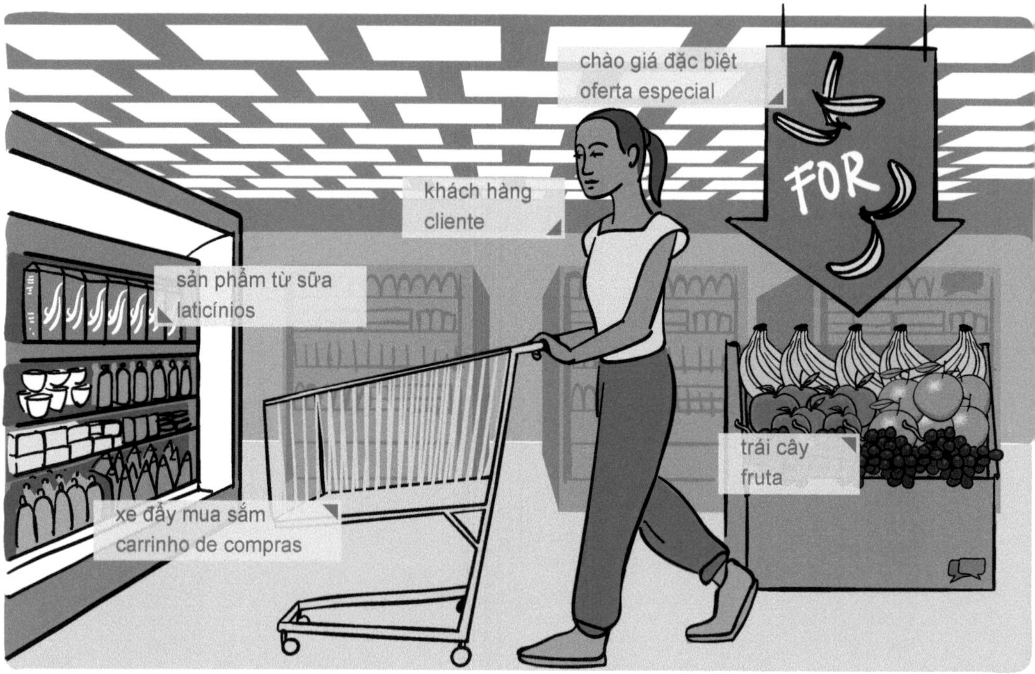

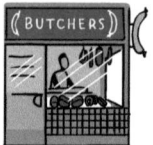

BUTCHERS

lò mổ

talho

BAKERY

cửa hiệu bán bánh mì

padaria

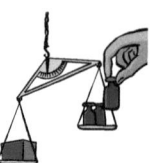

cân nặng

pesar

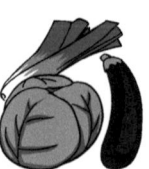

rau quả

vegetais

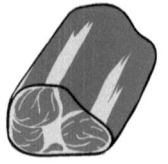

thịt

carne

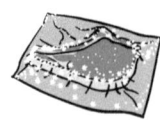

thức ăn đông lạnh

alimentos congelados

lát thịt nguội

charcutaria

đồ hộp

comida enlatada

bột giặt

detergente em pó

đồ ngọt

doces

sản phẩm dùng trong gia đình

artigos domésticos

chất tẩy rửa

produtos de limpeza

người bán hàng

vendedora

quầy trả tiền

caixa

nhân viên thu ngân

caixa

danh sách mua sắm

lista de compras

giờ mở cửa

horário de funcionamento

ví tiền

carteira

thẻ tín dụng

cartão de crédito

túi đeo

saco

túi ny lông

saco de plástico

nước

água

nước quả ép

sumo

sữa

leite

coca-cola

coca-cola

rượu vang

vinho

bia

cerveja

cồn

álcool

cacao

cacau

trà

chá

cà phê

café

espresso

café expresso

cappuccino

capuccino

chuối

banana

quả táo

maçã

quả cam

laranja

dưa hấu

melão

chanh

limão

cà rốt

cenoura

tỏi

alho

tre

bambu

củ hành

cebola

nấm

cogumelo

hạt dẻ

nozes

mì

talharim

mì spaghetti

esparguete

cơm

arroz

xà lách

salada

khoai tây chiên

batatas fritas

khoai tây chiên

batatas fritas

bánh pizza

pizza

bánh hamburger

hambúrguer

bánh mì sandwich

sanduíche

thịt côtlet

bife panado

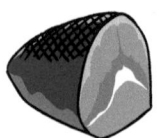

thịt giăm bông

fiambre

xúc xích

salame

dồi

salsicha

gà

galinha

rán

assado

cá

peixe

cháo yến mạch

flocos de aveia

cháo muesli

muesli

bánh bột ngô nướng

flocos de milho

bột mì

farinha

bánh sừng bò

croissant

bánh mì

carcaça (pãozinho)

bánh mì

pão

bánh mì nướng

torrada

bánh bích quy

biscoitos

bơ

manteiga

sữa đông

requeijão

bánh ngọt

bolo

trứng

ovo

trứng rán

ovo estrelado

pho mát

queijo

thức ăn - comida

kem

gelado

đường

açúcar

mật ong

mel

mứt

compota

kem nougat

creme de nougat

cà ri

caril

# nông trại
# quinta

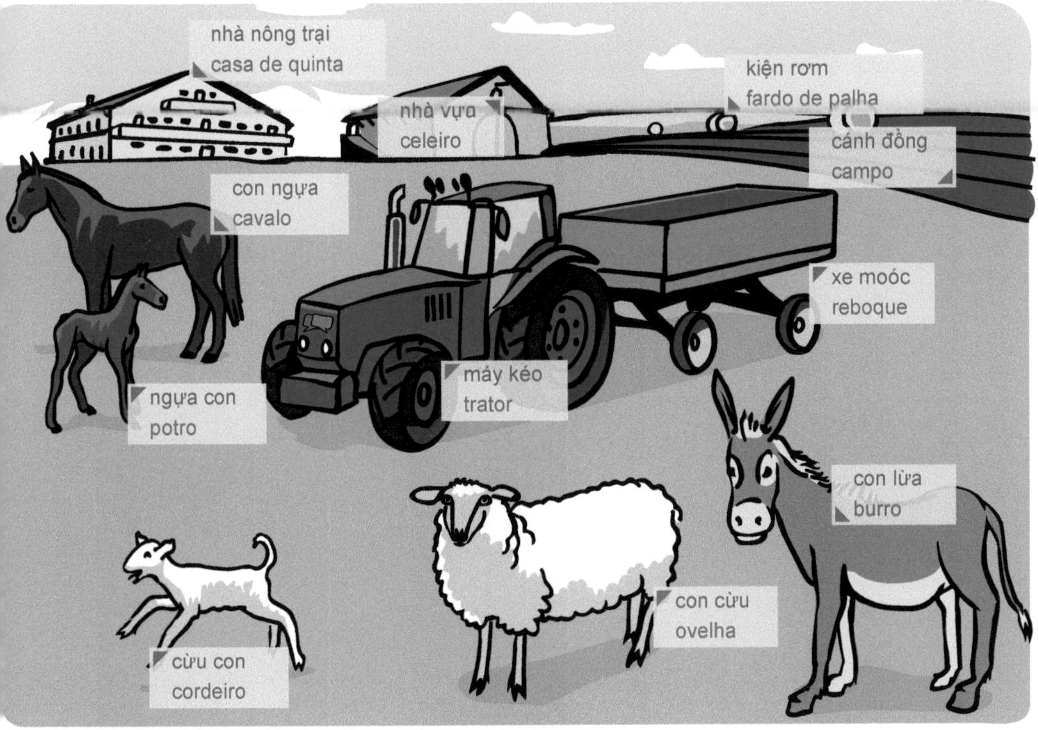
nhà nông trại
casa de quinta
nhà vựa
celeiro
kiện rơm
fardo de palha
cánh đồng
campo
con ngựa
cavalo
xe moóc
reboque
ngựa con
potro
máy kéo
trator
con lừa
burro
con cừu
ovelha
cừu con
cordeiro

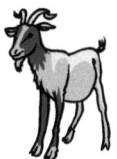

con dê

cabra

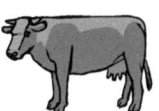

con bò

vaca

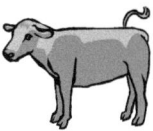

con bê

bezerro

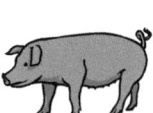

con lợn

porco

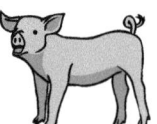

lợn con

leitão

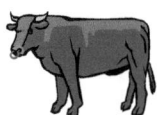

bò đực

touro

con ngỗng

ganso

con vịt

pato

gà con

pintaínho

gà mái

galinha

gà trống

galo

con chuột

ratazana

mèo

gato

chuột nhắt

rato

bò đực

boi

con chó

cão

nhà chuồng chó

casota

ống tưới vườn cây

mangueira de jardim

thùng tưới cây

regador

lưỡi hái

foice

cái cày

arado

cái liềm

foice

cái cuốc

enxada

cái chĩa

forquilha

cái rìu

machado

xe cút kít

carrinho de mão

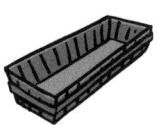

máng ăn

manjedoura

lọ sữa

jarro de leite

bao tải

saco

hàng rào

cerca

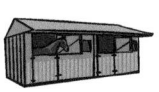

chuồng

estábulo

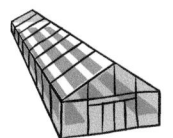

nhà kính trồng cây

estufa

đất trồng

solo

hạt giống

semente

phân bón

fertilizante

máy gặt đập liên hợp

ceifeira-debulhadora

thu hoạch
colher

mùa thu hoạch
colheita

khoai lang
inhame

lúa mì
trigo

đậu nành
soja

khoai tây
batata

ngô
milho

hạt cải dầu
colza

cây ăn trái
árvore de fruto

sắn
mandioca

ngũ cốc
cereais

# nhà
# casa

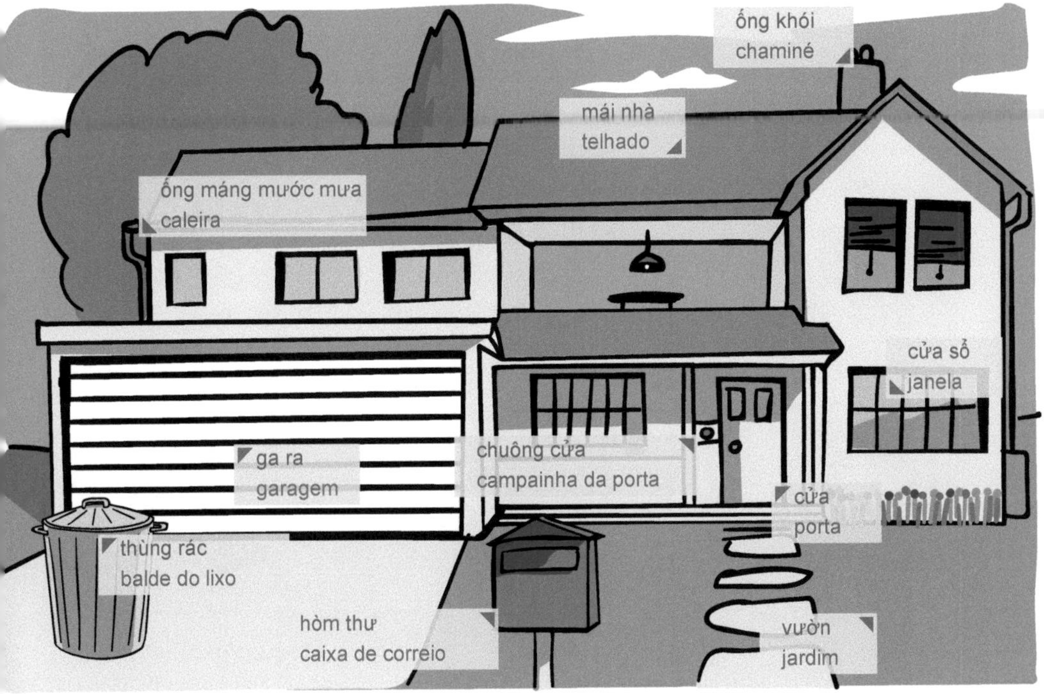
ống khói
chaminé
mái nhà
telhado
ống máng mước mưa
caleira
cửa sổ
janela
ga ra
garagem
chuông cửa
campainha da porta
cửa
porta
thùng rác
balde do lixo
hòm thư
caixa de correio
vườn
jardim

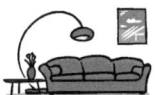

phòng khách

sala de estar

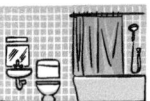

phòng tắm

casa de banho

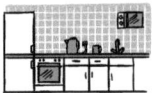

bếp

cozinha

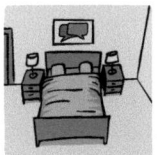

phòng ngủ

quarto de dormir

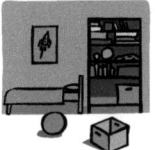

phòng trẻ em

quarto de criança

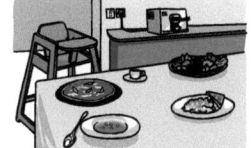

phòng ăn

sala de jantar

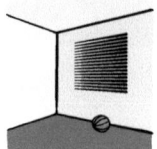

nền nhà
chão

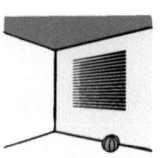

tường
parede

trần nhà
teto

tầng hầm
cave

tắm hơi
sauna

ban công
varanda

sân hiên
terraço

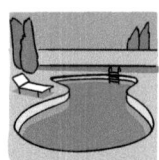

bể bơi
piscina

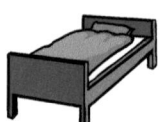

máy cắt cỏ
máquina de cortar relvado

khăn trải giường
lençol

khăn trải giường
cobertor

giường
cama

chổi
vassoura

cái xô
balde

công tắc điện
interruptor

# phòng khách
# sala de estar

giấy dán tường
papel de parede
hình ảnh
imagem
đèn
lâmpada
cái kệ
prateleira
tủ
armário
ti vi
televisão
lò sưởi
lareira
bông hoa
flor
gối
almofada
ghế sofa
sofá
bình hoa
vaso
điều khiển từ xa
controlo remoto

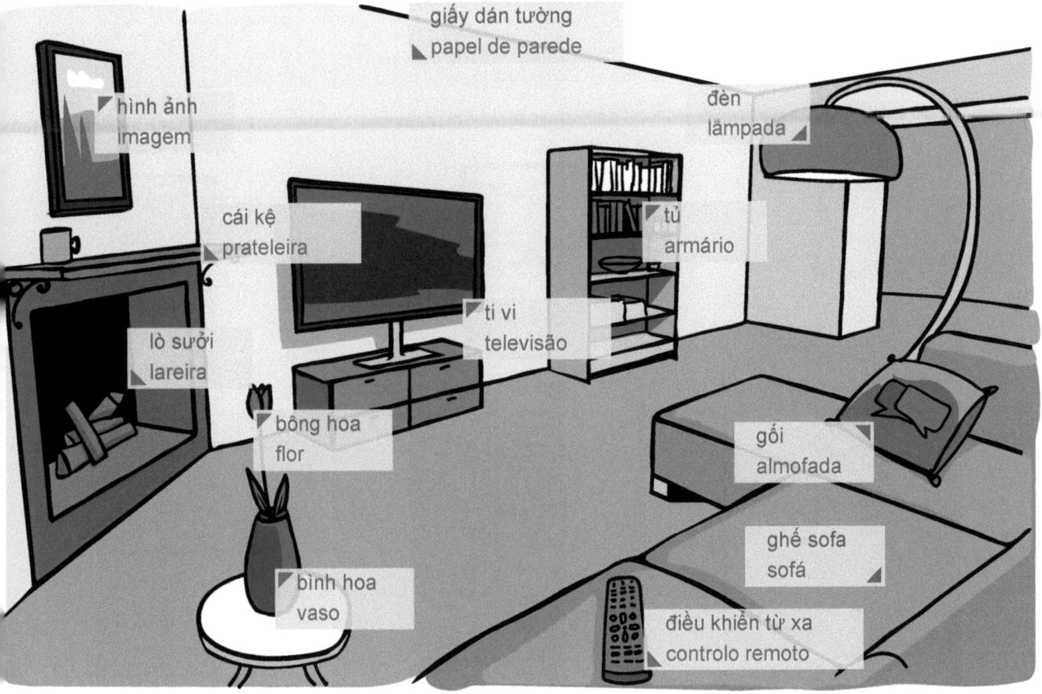

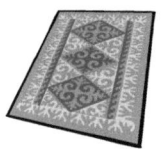

thảm

tapete

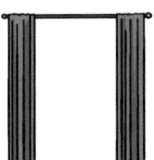

rèm

cortina

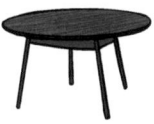

cái bàn

mesa

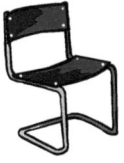

ghế

cadeira

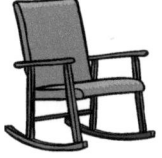

ghế bập bênh

cadeira de baloiço

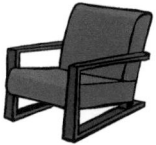

ghế bành

poltrona

sách

livro

cái chăn

cobertor

đồ trang trí

decoração

củi

lenha

phim

filme

máy hi-fi

sistema estéreo

chìa khóa

chave

báo

jornal

bức tranh

pintura

áp phích

póster

radio

rádio

sổ ghi chép

bloco de notas

máy hút bụi

aspirador

cây xương rồng

cato

cây nến

vela

# bếp
# cozinha

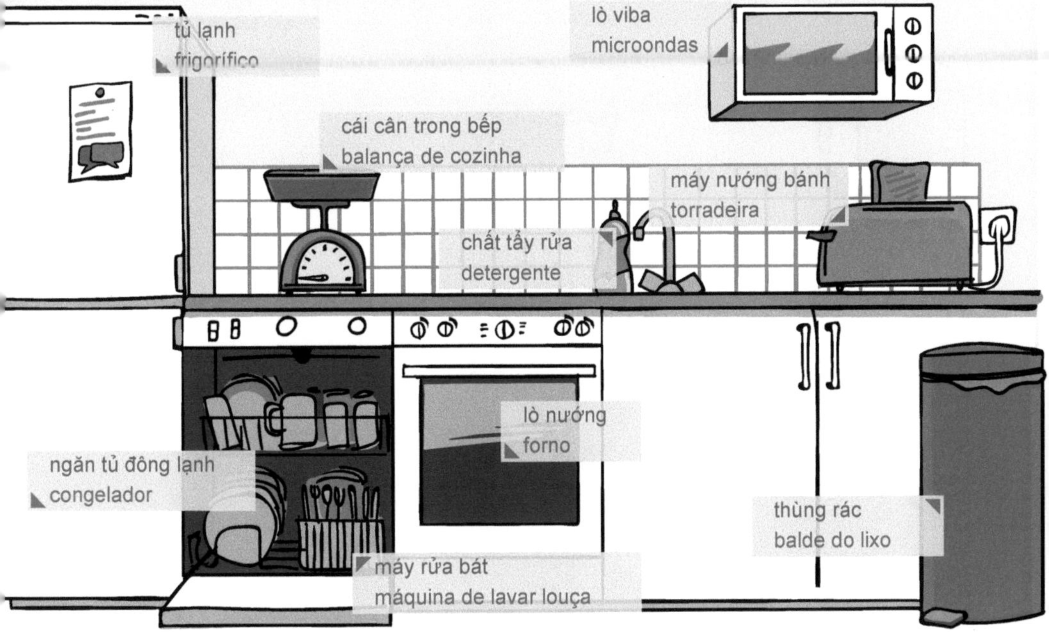
tủ lạnh
frigorífico
lò viba
microondas
cái cân trong bếp
balança de cozinha
máy nướng bánh
torradeira
chất tẩy rửa
detergente
lò nướng
forno
ngăn tủ đông lạnh
congelador
thùng rác
balde do lixo
máy rửa bát
máquina de lavar louça

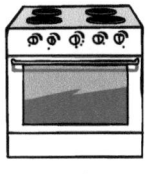

lò nấu
fogão

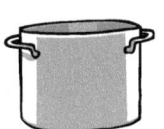

nồi
panela

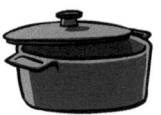

nồi sắt
panela de ferro

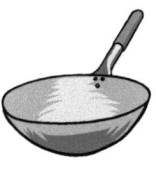

chảo
wok / kadai

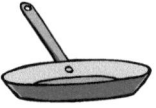

chảo
frigideira

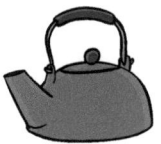

ấm đun nước
chaleira

nồi đun hơi

panela a vapor

khay lò nướng

tabuleiro de forno

bát đĩa

louça

cốc

caneca

cái bát

tigela

đũa

pauzinhos

cái vá

concha de sopa

bàn xẻng

espátula

que đánh kem

batedor de claras

rây dùng trong bếp

escorredor

cái rây lọc

peneira

cái nạo

ralador

vữa

almofariz

vỉ nướng

churrasqueira

ngọn lửa trần

lareira

cái thớt

tábua de cortar

trục cán bột

rolo da massa

cái mở nút chai

saca-rolhas

vỏ đồ hộp

lata

cái mở vỏ đồ hộp

abridor de latas

miếng nhấc nồi

luvas de forno

bồn rửa bát

lava-loiça

bàn chải

escova

miếng xốp

esponja

máy xay

liquidificador

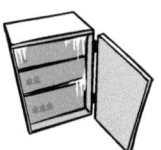

tủ đông lạnh

arca frigorífica

bình sữa cho trẻ sơ sinh

biberão

vòi nước

torneira

# phòng tắm
# casa de banho

lò sưởi
aquecimento
vòi hoa sen
chuveiro
khăn lau
toalha
rèm che ngăn tắm
cortina de chuveiro
tắm bọt
banho de espuma
bồn tắm
banheira
cốc thủy tinh
copo
máy giặt
máquina de lavar roupa
vòi nước
torneira
gạch lát
azulejos
cái bô
penico
bồn rửa bát
lava-loiça


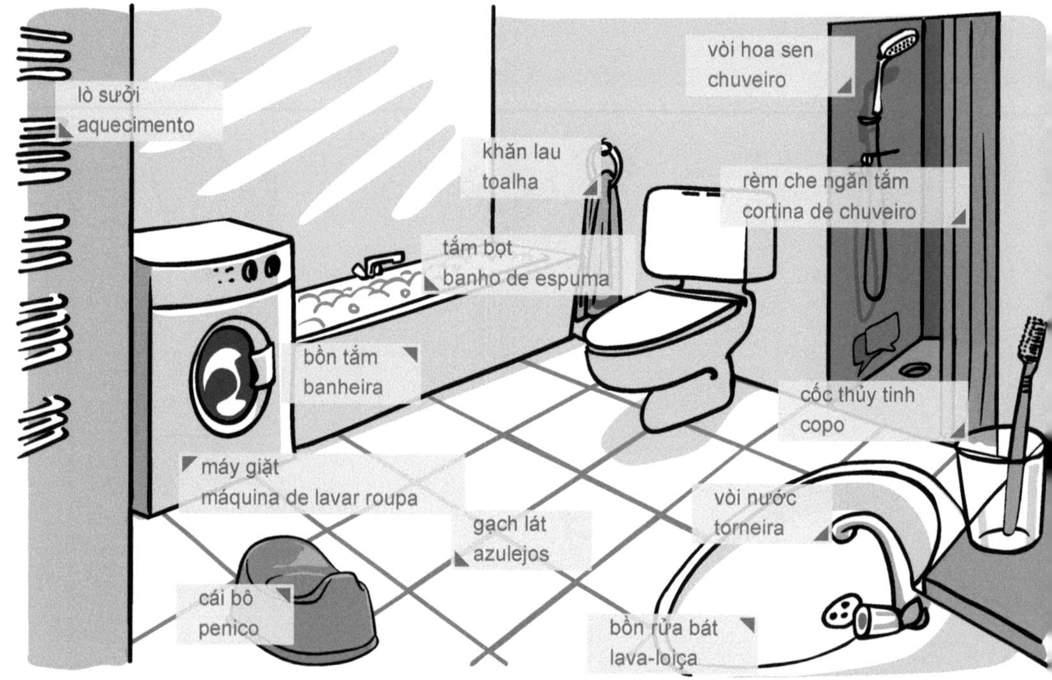

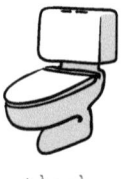

bồn cầu

sanita

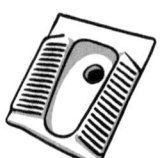

bồn cầu ngồi xổm

retrete turca

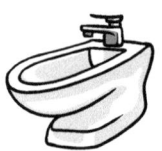

bồn rửa hậu môn

bidé

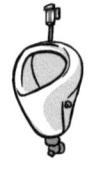

bồn tiểu tiện

urinol

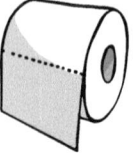

giấy vệ sinh

papel higiénico

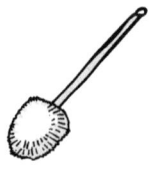

bàn chải cọ bồn cầu

piaçaba

bàn chải đánh răng

escova de dentes

kem đánh răng

pasta de dentes

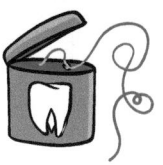

chỉ nha khoa

fio dentário

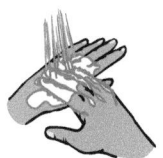

rửa

lavar

vòi sen cầm tay

chuveiro de mão

vòi rửa hậu môn

duche íntimo

bồn rửa

bacia

bàn chải cọ lưng

escova para as costas

xà phòng

sabonete

sữa tắm

gel de banho

dầu gội

champô

khăn cọ để tắm

toalha de rosto

lỗ thoát nước

escoamento

kem

creme

chất khử mùi

desodorizante

gương

espelho

gương tay

espelho de mão

dao cạo râu

máquina de barbear

kem cạo râu

creme de barbear

nước thơm dùng sau khi
cạo râu

loção pós-barba

cái lược

pente

bàn chải

escova

máy xấy tóc

secador de cabelo

keo xịt tóc

spray de cabelo

đồ trang điểm

maquilhagem

thỏi son môi

batom

sơn bôi móng

verniz de unhas

bông

algodão

kéo cắt móng

tesoura para unhas

nước hoa

perfume

túi đựng đồ tắm

nécessaire

ghế đẩu

tamborete

cái cân

balança

áo choàng tắm

roupão de banho

găng tay làm vệ sinh

luvas de borracha

nút gạc

tampão

băng vệ sinh

penso higiénico

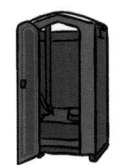

nhà vệ sinh hóa chất

WC químico

# phòng trẻ em

# quarto de criança

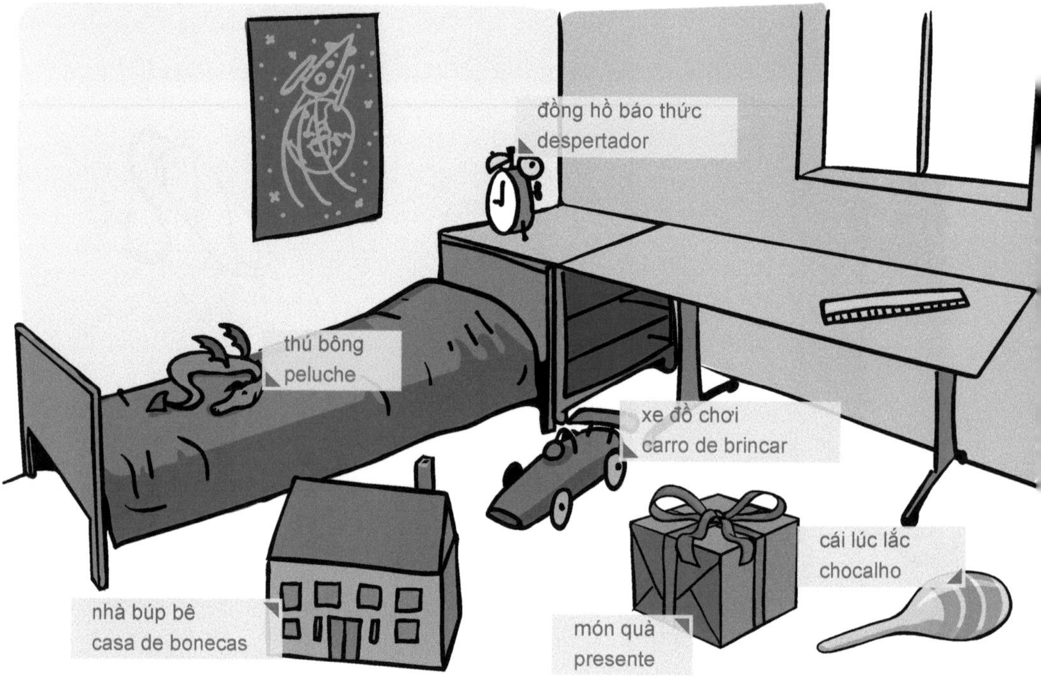
đồng hồ báo thức
despertador
thú bông
peluche
xe đồ chơi
carro de brincar
cái lúc lắc
chocalho
nhà búp bê
casa de bonecas
món quà
presente

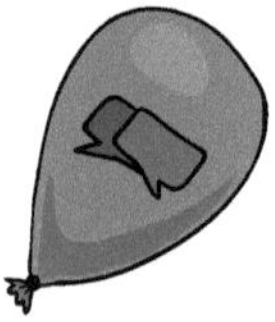

bong bóng

balão

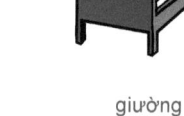

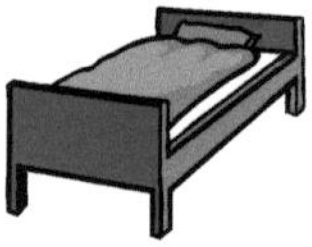

giường

cama

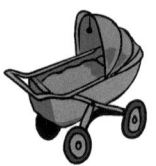

xe nôi

carrinho de bebé

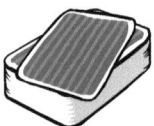

trò chơi bài

jogo de cartas

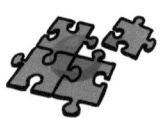

trò chơi ghép hình

quebra-cabeças

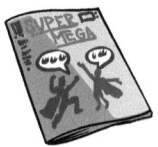

truyện tranh

banda desenhada

gạch Lego

peças de Lego

khối xếp hình

blocos de construção

nhân vật hành động

figura de ação

áo liền quần cho trẻ sơ sinh

fato de bebé

đĩa nhựa để ném

Frisbee

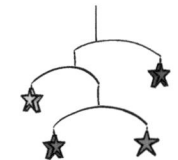

đồ chơi treo trên giường

móbile para bebé

trò chơi cờ bàn

jogo de tabuleiro

xúc xắc

dados

đồ chơi xe lửa mô hình

pista de comboio elétrico

ti giả

chupeta

buổi tiệc

festa

sách tranh

livro ilustrado

quả bóng

bola

búp bê

boneca

chơi

jogar

hố cát

caixa de areia

cái đu

baloiço

đồ chơi

brinquedos

máy chơi game cầm tay

consola de jogos

xe ba bánh

triciclo

gấu bông

ursinho de peluche

tủ quần áo

guarda-roupa

# y phục

## vestuário

bít tất

meias

bít tất dài

meias pelo joelho

quần tất

meias-calças

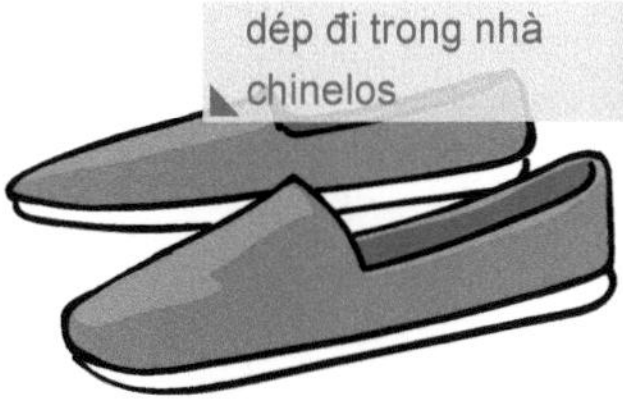

khăn choàng cổ
cachecol

ô che mưa
guarda-chuva

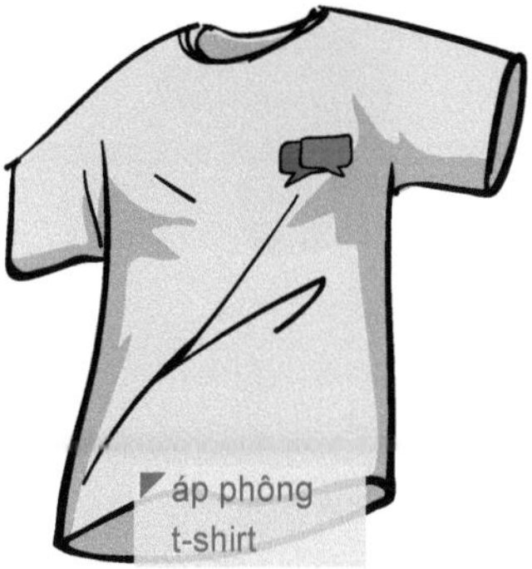

dây thắt lưng
cinto

áp phông
t-shirt

ủng
botas

dép đi trong nhà
chinelos

giày sneaker
sapatilhas

dép xăng đan
sandálias

giày
sapatos

ủng cao su
botas de borracha

quần lót
cuecas

áo ngực
sutiã

áo vest
camisola interior

y phục - vestuário

45

áo ôm sát cơ thể

body

quần dài

calças

quần bò

calças de ganga

váy

saia

áo cánh

blusa

áo sơ mi

camisa

áo len chui đầu

pulôver

áo len

camisola com capuz

áo blazer

blazer

áo jacket

casaco

áo khoác

manto

áo mưa

gabardina

trang phục

traje

áo váy

vestido

áo cưới

vestido de casamento

bộ com lê
fato

áo ngủ
camisa de dormir

pijama
pijama

trang phục sari
sari

khăn trùm đầu
lenço de cabeça

khăn đội đầu
turbante

áo burka
burca

áo captan
cafetã

áo aba
abaya

quần áo bơi
fato de banho

quần bơi
calções de banho

quần đùi
calções

quần áo tracksuit
fato de treino

tạp dề
avental

găng tay
luvas

cái cúc
.................
botão

kính mắt
.................
óculos

vòng đeo tay
.................
pulseira

vòng cổ
.................
colar

nhẫn
.................
anel

hoa tai
.................
brinco

mũ lưỡi trai
.................
boné

cái mắc treo áo quần
.................
cabide

mũ
.................
chapéu

cà vạt
.................
gravata

dây kéo phéc mơ tuya
.................
fecho de correr

mũ bảo hiểm
.................
capacete

dây đeo quần
.................
suspensórios

đồng phục học sinh
.................
uniforme escolar

đồng phục
.................
uniforme

y phục - vestuário

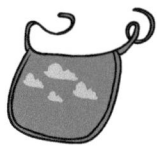

yếm trẻ em

babete

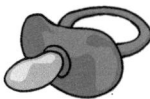

ti giả

chupeta

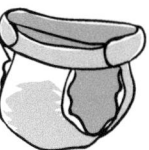

tã lót

fralda

# văn phòng
## escritório

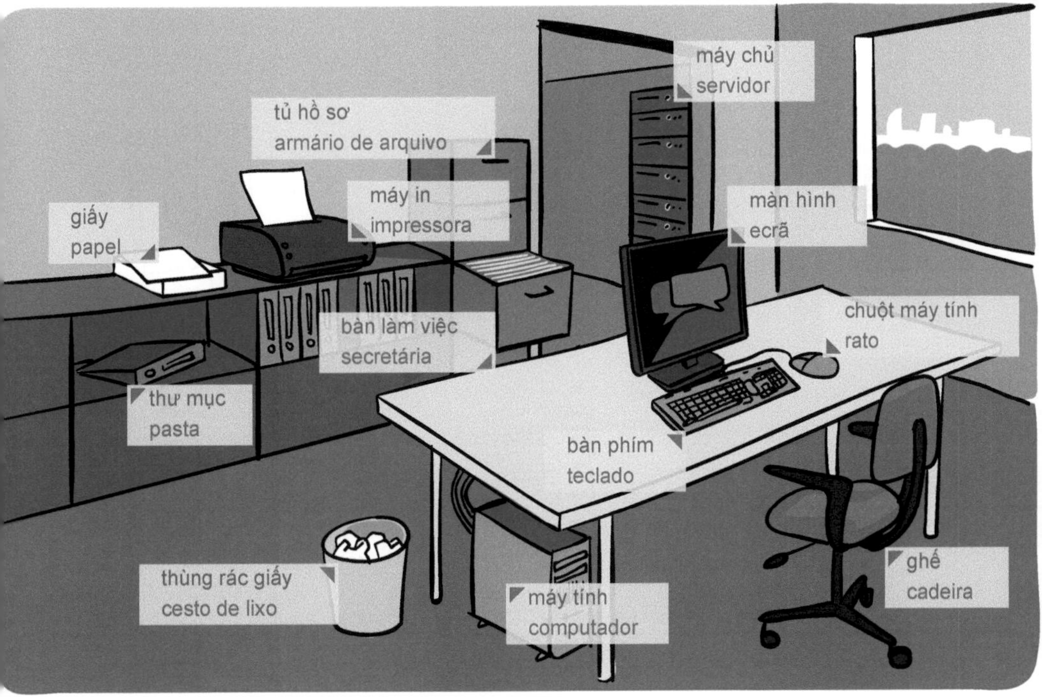
máy chủ
servidor
tủ hồ sơ
armário de arquivo
máy in
impressora
giấy
papel
màn hình
ecrã
chuột máy tính
rato
bàn làm việc
secretária
thư mục
pasta
bàn phím
teclado
thùng rác giấy
cesto de lixo
máy tính
computador
ghế
cadeira

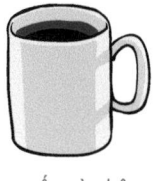

cốc cà phê

caneca de café

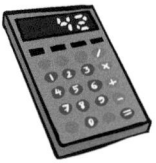

máy tính bỏ túi

calculadora

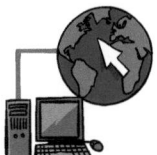

internet

internet

laptop
computador portátil

thư
carta

tin nhắn
mensagem

điện thoại di động
telemóvel

mạng
rede

máy photocopy
fotocopiadora

phần mềm
software

điện thoại
telefone

ổ cắm điện
tomada elétrica

máy fax
fax

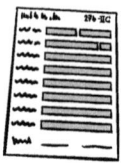

mẫu đơn
formulário

chứng từ
documento

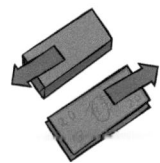

mua

comprar

trả tiền

pagar

buôn bán

negociar

tiền

dinheiro

đô la

dólar

Euro

euro

yên

yen

rúp

rublo

franc Thụy Sĩ

franco suíço

nhân dân tệ

renminbi yuan

rupi

rupia

máy rút tiền tự động

caixa de multibanco

quầy đổi tiền

casa de câmbio

vàng

ouro

bạc

prata

dầu

petróleo

năng lượng

energia

giá tiền

preço

hợp đồng

contrato

thuế

imposto

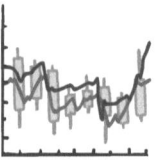

cổ phiếu

ação

làm việc

trabalhar

nhân viên

empregado

chủ lao động

entidade patronal

nhà máy

fábrica

cửa hiệu

loja

# nghề nghiệp
# profissões

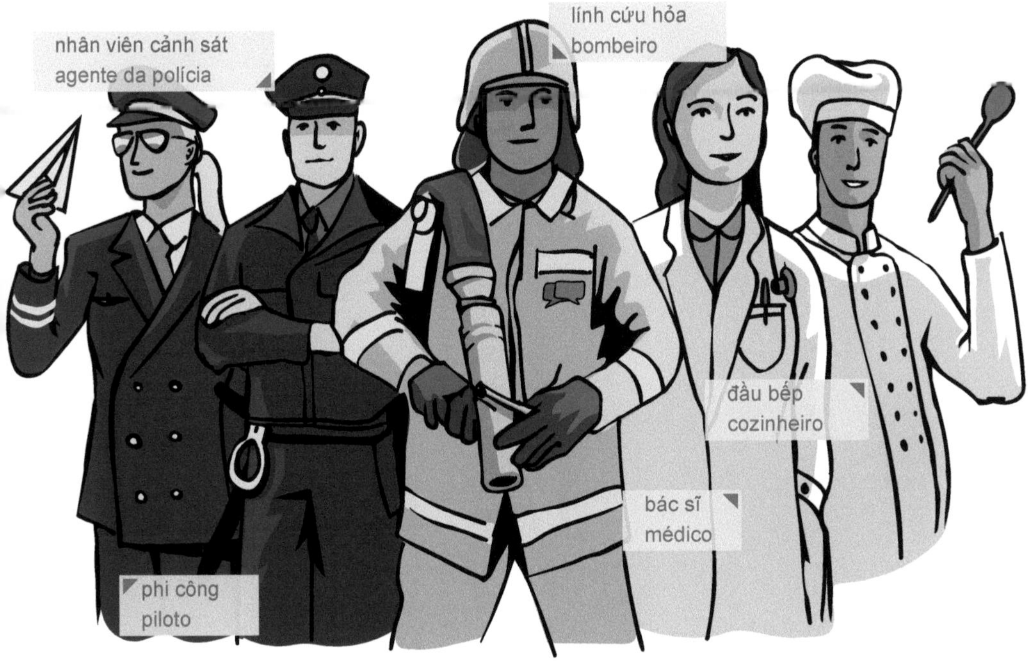
nhân viên cảnh sát
agente da polícia
lính cứu hỏa
bombeiro
đầu bếp
cozinheiro
bác sĩ
médico
phi công
piloto

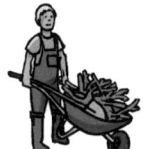

người làm vườn

jardineiro

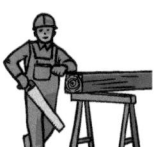

thợ mộc

carpinteiro

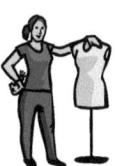

thợ may

costureira

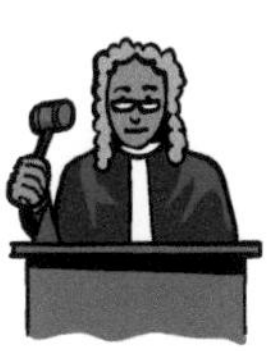

chánh án

juiz

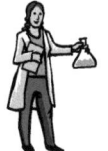

nhà hóa học

químico

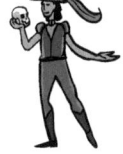

diễn viên

ator

tài xế xe buýt

motorista de autocarro

người lái taxi

motorista de táxi

ngư dân

pescador

người lau dọn vệ sinh

empregada de limpeza

thợ lợp mái nhà

telhador

bồi bàn

empregado de mesa

thợ săn

caçador

họa sĩ

pintor

thợ làm bánh

padeiro

thợ điện

eletricista

thợ xây dựng

construtor

kỹ sư

engenheiro

người hàng thịt

talhante

thợ sửa ống nước

canalizador

người đưa thư

carteiro

người lính
soldado

kiến trúc sư
arquiteto

nhân viên thu ngân
caixa

người bán hoa
florista

thợ cắt tóc
cabeleireiro

nhân viên soát vé
controlador de bilhetes

thợ cơ khí
mecânico

thuyền trưởng
capitão

nha sĩ
dentista

nhà khoa học
cientista

giáo sĩ Do thái
rabino

lãnh tụ Hồi giáo
imã

nhà sư
monge

mục sư
pastor

# dụng cụ
# ferramentas

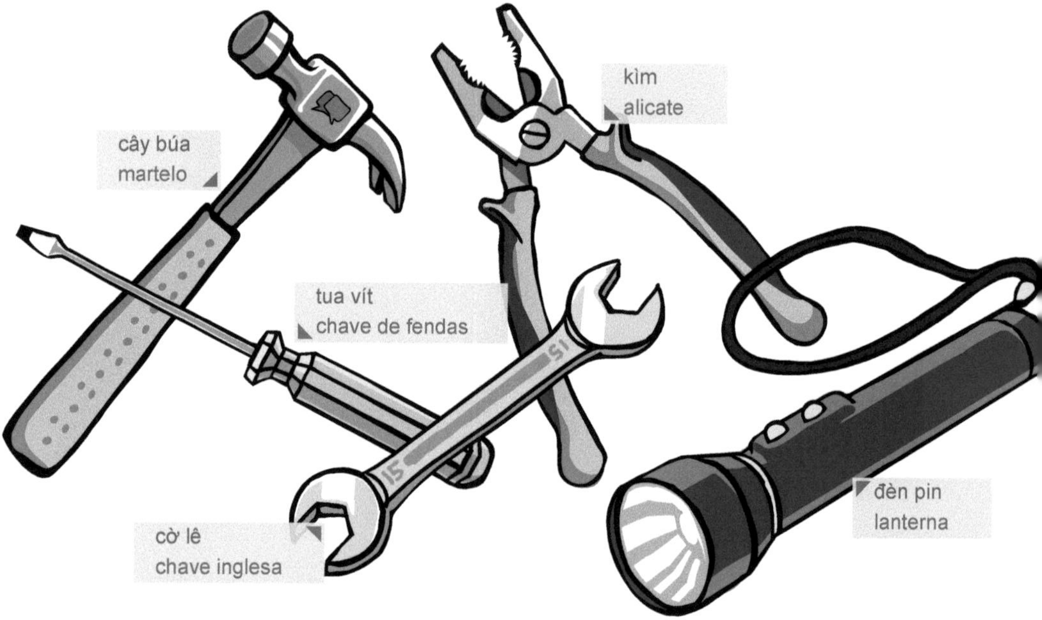
kìm
alicate
cây búa
martelo
tua vít
chave de fendas
đèn pin
lanterna
cờ lê
chave inglesa

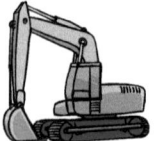

máy xúc đất

escavadora

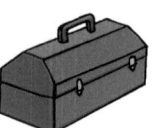

hộp dụng cụ

caixa de ferramentas

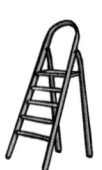

cái thang

escadote

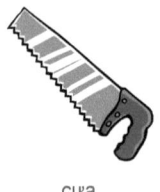

cưa

serra

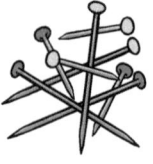

đinh

pregos

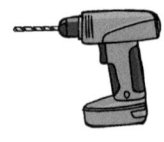

máy khoan

broca

sửa chữa
reparar

cái xẻng
pá

khốn nạn!
porcaria!

cái hót rác
pá de lixo

thùng sơn
pote de tinta

vít
parafusos

# nhạc cụ
## instrumentos musicais

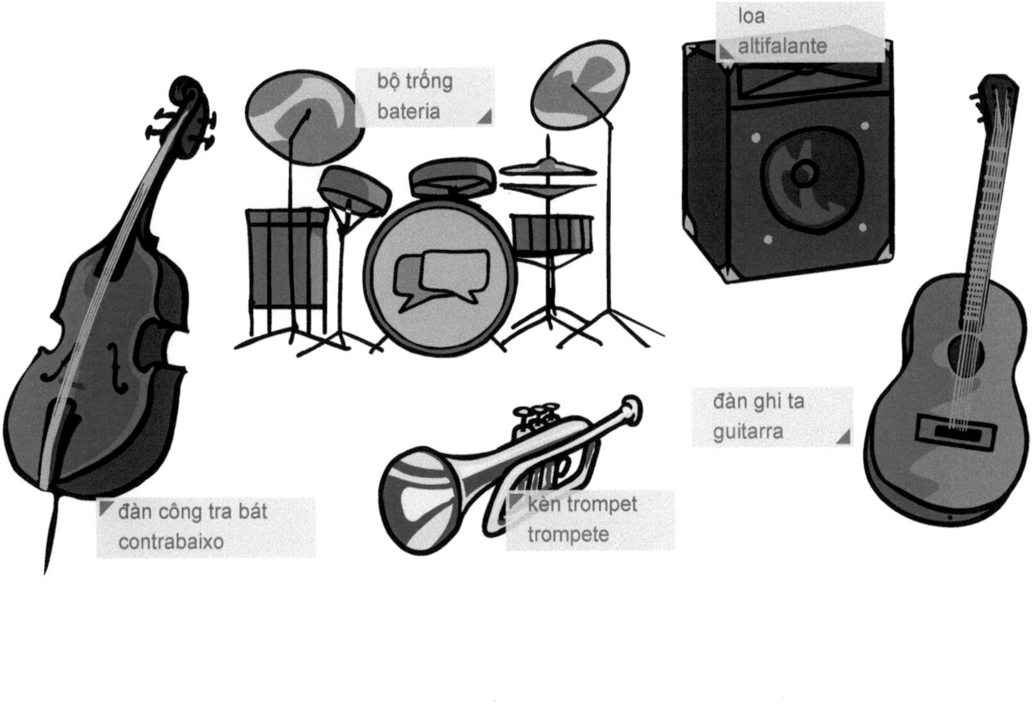

loa
altifalante

bộ trống
bateria

đàn ghi ta
guitarra

đàn công tra bát
contrabaixo

kèn trompet
trompete

đàn piano

piano

đàn vĩ cầm

violino

ghi ta bass

baixo

trống định âm

timbales

trống

tambor

đàn organ

teclado

kèn Saxophone

saxofone

sáo

flauta

micro

microfone

nhạc cụ  -  instrumentos musicais

# vườn bách thú

# jardim zoológico

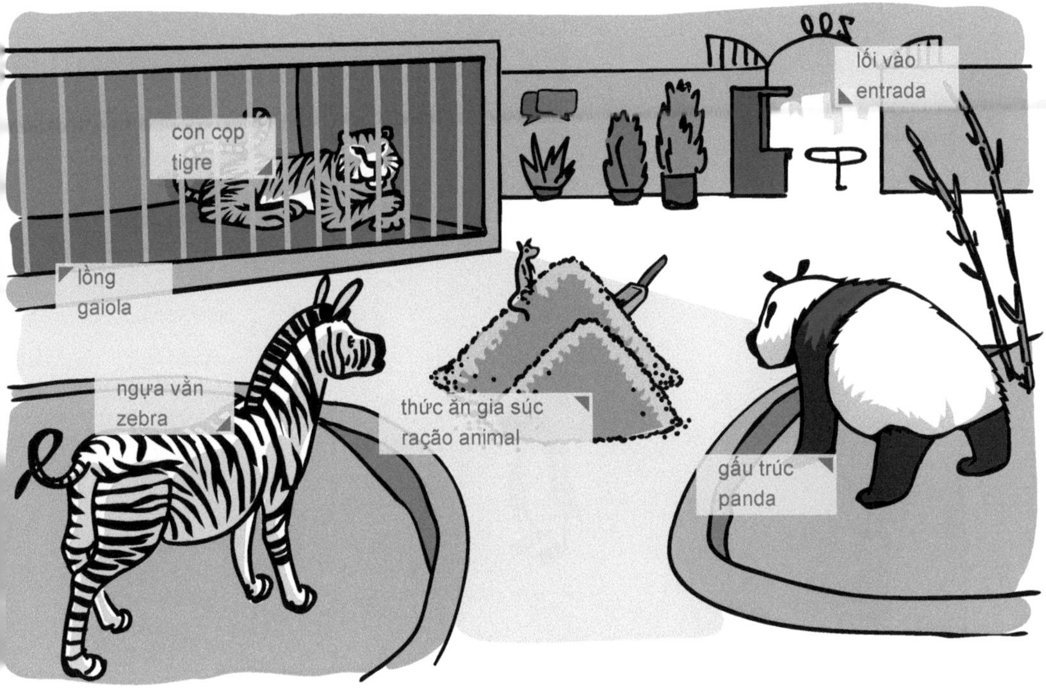

con cọp
tigre
lối vào
entrada
lồng
gaiola
ngựa vằn
zebra
thức ăn gia súc
ração animal
gấu trúc
panda


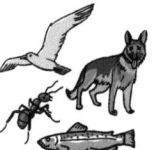

động vật

animais

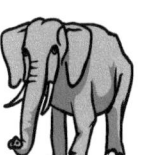

con voi

elefante

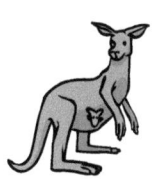

chuột túi

canguru

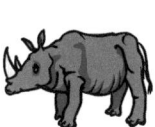

tê giác

rinoceronte

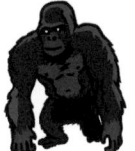

khỉ đột

gorila

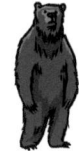

con gấu

urso

lạc đà
camelo

đà điểu
avestruz

sư tử
leão

con khỉ
macaco

hồng hạc
flamingo

con vẹt
papagaio

gấu bắc cực
urso polar

chim cánh cụt
pinguim

cá mập
tubarão

con công
pavão

con rắn
cobra

cá sấu
crocodilo

người trông giữ vườn bách
thú
guarda do jardim zoológico

hải cẩu
foca

báo đốm
jaguar

vườn bách thú - jardim zoológico

ngựa lùn

pónei

con báo

leopardo

hà mã

hipopótamo

hươu cao cổ

girafa

đại bàng

águia

heo rừng

javali

cá

peixe

con rùa

tartaruga

hải mã

morsa

con cáo

raposa

linh dương

gazela

bóng bầu dục Mỹ
futebol americano

đua xe đạp
ciclismo

quần vợt
ténis

bóng rổ
basquetebol

bơi
natação

đấm bốc
boxe

khúc côn cầu trên băng
hóquei no gelo

bóng đá
futebol

cầu lông
badminton

điền kinh
atletismo

bóng ném
andebol

trượt tuyết
esqui

polo
polo

# các hoạt động

## atividades

cười
rir
nhảy
saltar
ôm
abraçar
đi bộ
andar
ca hát
cantar
mơ
sonhar
cầu nguyện
rezar
hôn
beijar


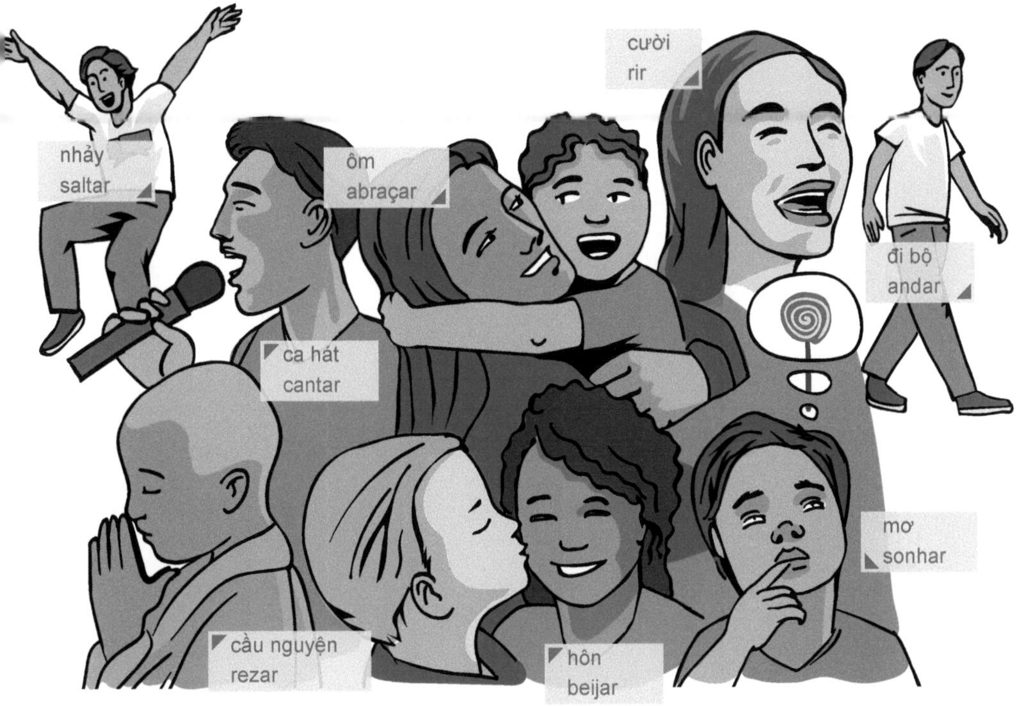

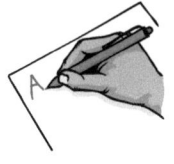

viết

escrever

vẽ

desenhar

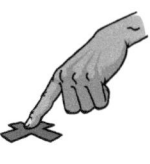

chỉ trỏ

mostrar

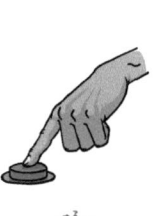

đẩy

empurrar

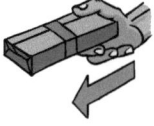

cho

dar

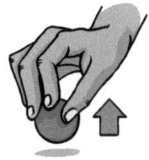

lấy đi

tomar

có
ter

làm
fazer

thì / là
ser

đứng
ficar de pé

chạy
correr

kéo
puxar

ném
remessar

rơi
cair

nằm
deitar

chờ đợi
esperar

mang vác
carregar

ngồi
sentar

mặc quần áo
vestir

ngủ
dormir

thức dậy
acordar

xem

olhar para

khóc

chorar

vuốt ve

acariciar

chải

pentear

nói chuyện

falar

hiểu

compreender

câu hỏi

perguntar

nghe

ouvir

uống

beber

ăn

comer

dọn dẹp

arrumar

yêu

amar

nấu nướng

cozinhar

lái xe

conduzir

bay

voar

các hoạt động - atividades

đi thuyền buồm

velejar

tính toán

calcular

đọc

ler

học

aprender

làm việc

trabalhar

cưới

casar

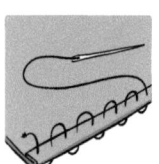

khâu vá

costurar

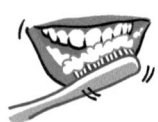

đánh răng

escovar os dentes

giết

matar

hút thuốc

fumar

gửi đi

enviar

# gia đình
# família

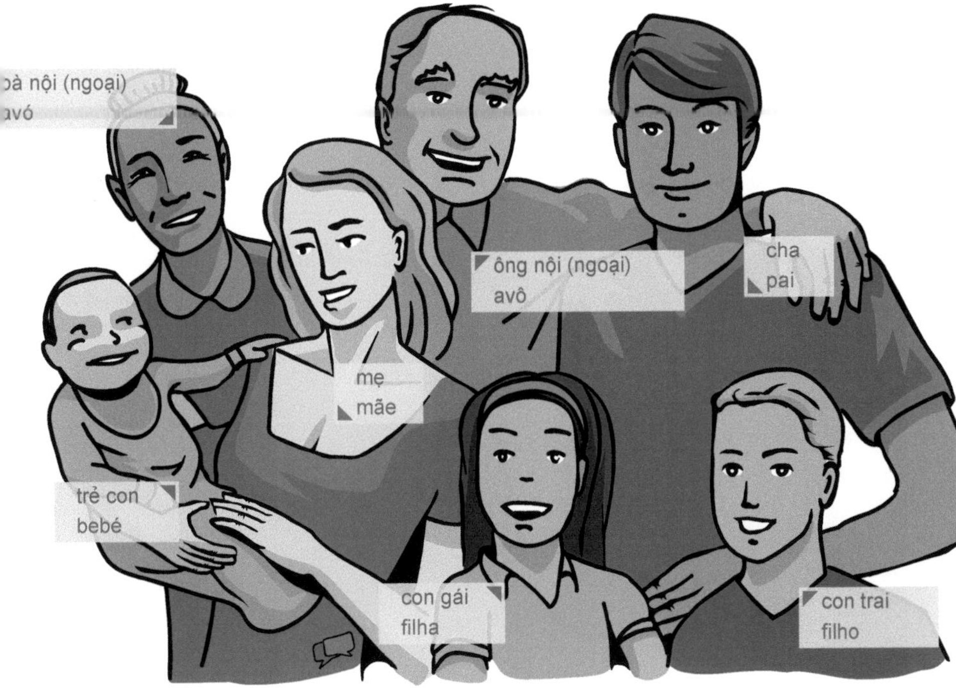

à nội (ngoại)
vó
ông nội (ngoại)
avô
cha
pai
mẹ
mãe
trẻ con
bebé
con gái
filha
con trai
filho


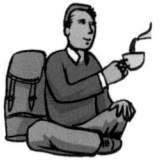

khách

convidado

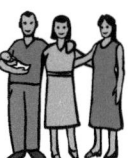

cô (dì)

tia

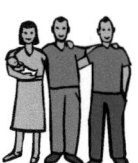

chú, bác (cậu)

tio

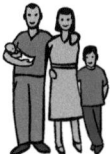

anh (em) trai

irmão

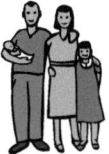

chị (em) gái

irmã

# cơ thể

# corpo

trán
testa
mắt
olho
vai
ombro
ngón tay
dedo
mặt
cara
cằm
queixo
bàn tay
mão
chân
perna
ngực
peito
cánh tay
braço


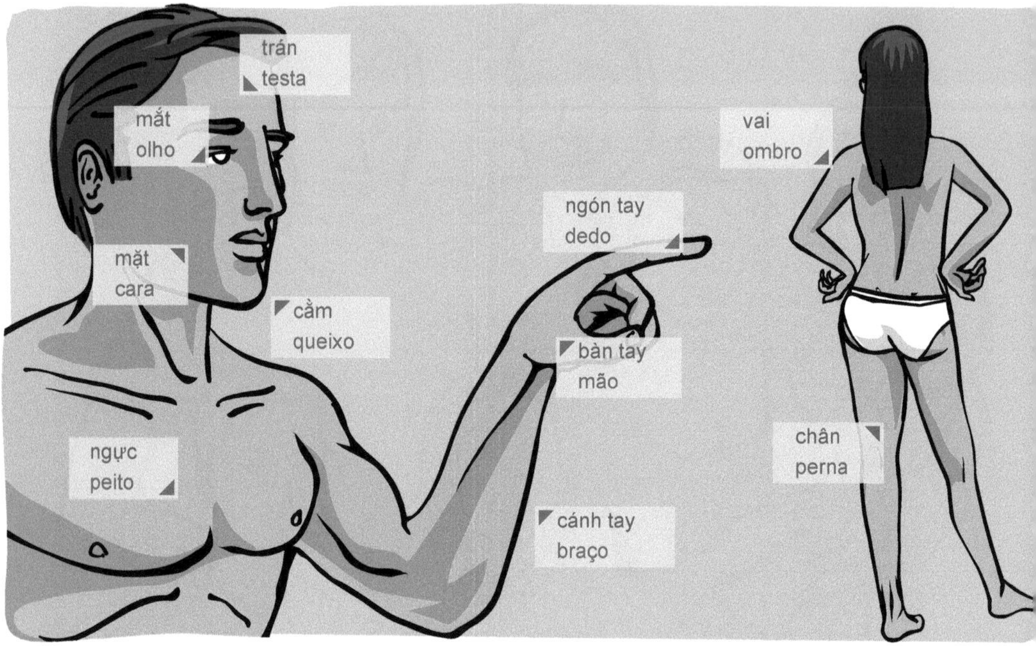

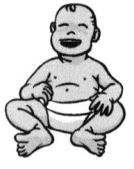

trẻ con

bebé

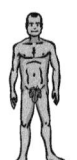

đàn ông

homem

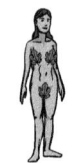

phụ nữ

mulher

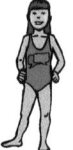

bé gái

menina

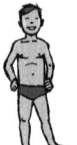

bé trai

menino

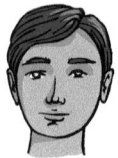

đầu

cabeça

lưng

costas

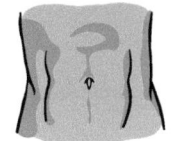

bụng

barriga

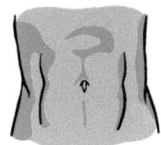

rốn

umbigo

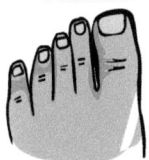

ngón chân

dedo do pé

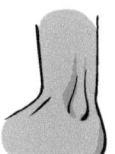

gót chân

calcanhar

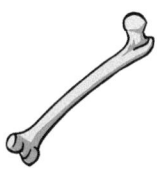

xương

osso

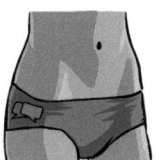

hông

anca

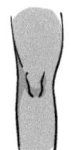

đầu gối

joelho

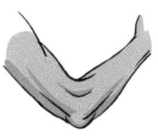

khuỷu tay

cotovelo

mũi

nariz

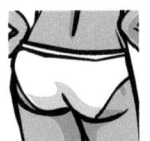

mông

nádegas

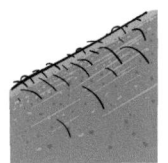

da

pele

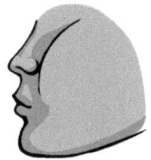

má

bochecha

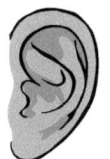

tai

orelha

môi

lábio

miệng

boca

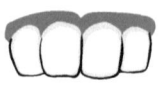

răng

dente

lưỡi

língua

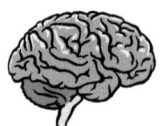

não

cérebro

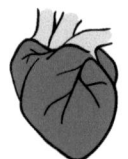

tim

coração

cơ bắp

músculo

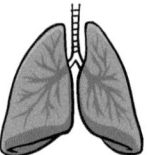

phổi

pulmão

gan

fígado

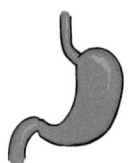

dạ dày

estômago

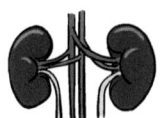

thận

rins

giao hợp

relações sexuais

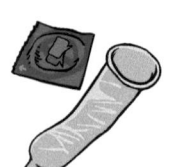

bao cao su

preservativo

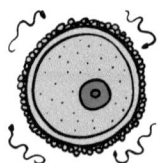

noãn

óvulo

tinh dịch

esperma

mang thai

gravidez

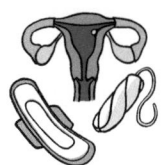

kinh nguyệt

menstruação

âm vật

vagina

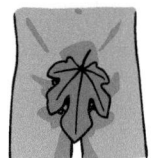

dương vật

pénis

lông mày

sobrancelha

tóc

cabelo

cổ

pescoço

# bệnh viện
# hospital

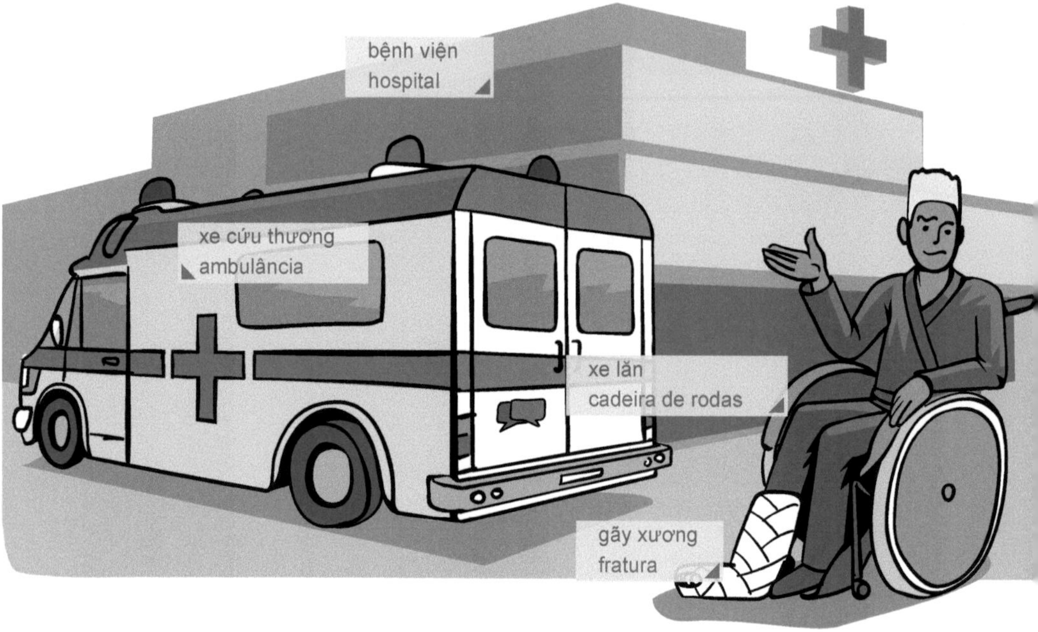

bệnh viện
hospital
xe cứu thương
ambulância
xe lăn
cadeira de rodas
gãy xương
fratura

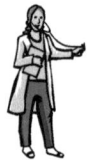

bác sĩ

médico

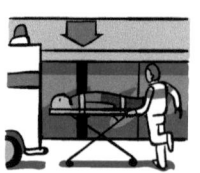

phòng cấp cứu

serviço de urgências

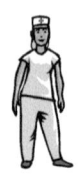

y tá

enfermeira

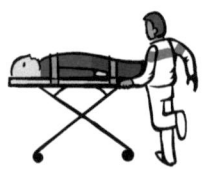

cấp cứu

emergência

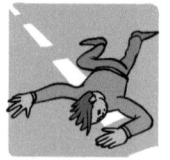

bất tỉnh

inconsciente

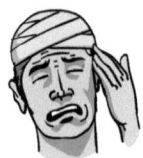

cơn đau

dor

bị thương

ferimento

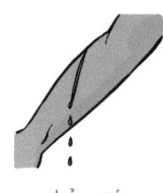

chảy máu

hemorragia

nhồi máu cơ tim

ataque cardíaco

đột quỵ

acidente vascular cerebral

dị ứng

alergia

ho

tosse

sốt

febre

cúm

gripe

tiêu chảy

diarreia

đau đầu

dor de cabeça

ung thư

cancro

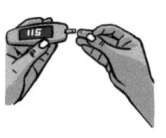

bệnh tiểu đường

diabetes

bác sĩ phẫu thuật

cirurgião

dao mổ

bisturi

giải phẫu

operação

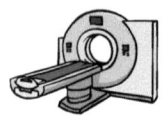

chụp cắt lớp

CT

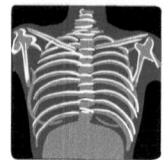

chụp x-quang

raio x

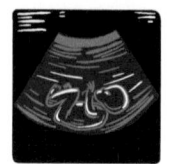

siêu âm

ultrassom

mặt nạ

máscara

bệnh

doença

phòng đợi

sala de espera

cái nạng

muleta

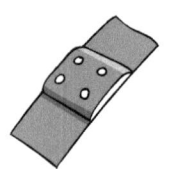

băng dán vết thương

penso rápido

băng bó

ligadura

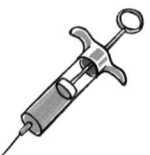

tiêm thuốc

injeção

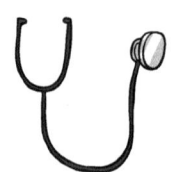

ống nghe khám bệnh

estetoscópio

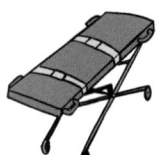

băng ca

maca

nhiệt kế

termómetro

sinh đẻ

nascimento

thừa cân

excesso de peso

máy trợ thính

aparelho auditivo

chất khử trùng

desinfetante

nhiễm trùng

infeção

vi rút

vírus

HIV / AIDS

HIV / SIDA

thuốc

medicamento

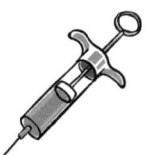

tiêm chủng

vacinação

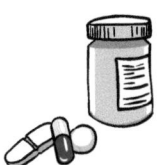

thuốc viên

comprimidos

viên thuốc

pílula

gọi cấp cứu

chamada de emergência

máy đo huyết áp

dispositivo de medição de
pressão arterial

bệnh / khỏe mạnh

doente / saudável

cứu!

Socorro!

báo động

alarme

cuộc đột kích

assalto

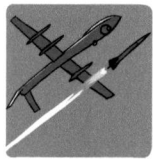

sự tấn công

ataque

mối nguy hiểm

perigo

lối thoát hiểm

saída de emergência

cháy!

Fogo!

bình chữa cháy

extintor de incêndios

tai nạn

acidente

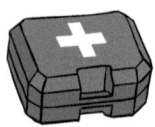

bộ dụng cụ sơ cứu

estojo de primeiros socorros

SOS

SOS

cảnh sát

polícia

châu Âu

Europa

Bắc Mỹ

América do Norte

Nam Mỹ

América do Sul

châu Phi

África

châu Á

Ásia

châu Úc

Austrália

Đại Tây Dương

Atlântico

Thái Bình Dương

Pacífico

Ấn Độ Dương

Oceano Índico

Nam Cực Dương

Oceano Antártico

Bắc Băng Dương

Oceano Ártico

bắc cực

Polo Norte

nam cực
Polo Sul

nam cực
Antártica

trái đất
terra

đất liền
país

biển
mar

đảo
ilha

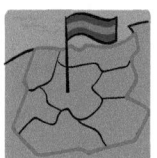

quốc gia
nação

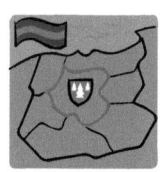

nhà nước
estado

mặt đồng hồ

mostrador do relógio

kim chỉ giờ

ponteiro das horas

kim chỉ phút

ponteiro dos minutos

kim chỉ giây

ponteiro dos segundos

Bây giờ là mấy giờ?

Que horas são?

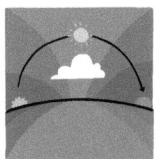

ngày

dia

thời gian

tempo

bây giờ

agora

đồng hồ điện tử

relógio digital

phút

minuto

giờ

hora

# tuần lễ
## semana

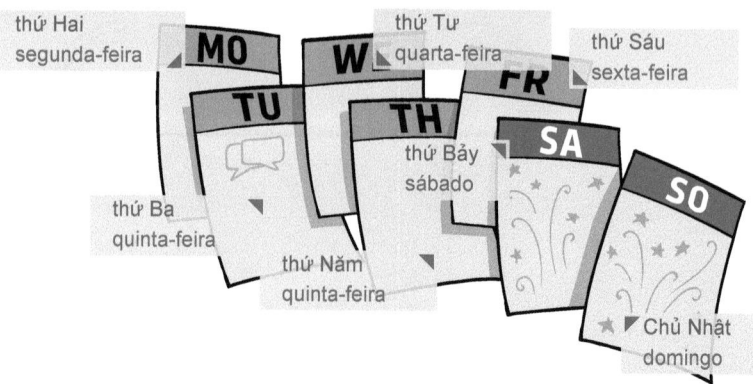

thứ Hai
segunda-feira

thứ Tư
quarta-feira

thứ Sáu
sexta-feira

thứ Ba
quinta-feira

thứ Bảy
sábado

thứ Năm
quinta-feira

Chủ Nhật
domingo

hôm qua

ontem

hôm nay

hoje

ngày mai

amanhã

buổi sáng

manhã

buổi trưa

meio-dia

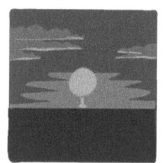

buổi tối

entardecer

ngày làm việc

dias úteis

cuối tuần

fim de semana

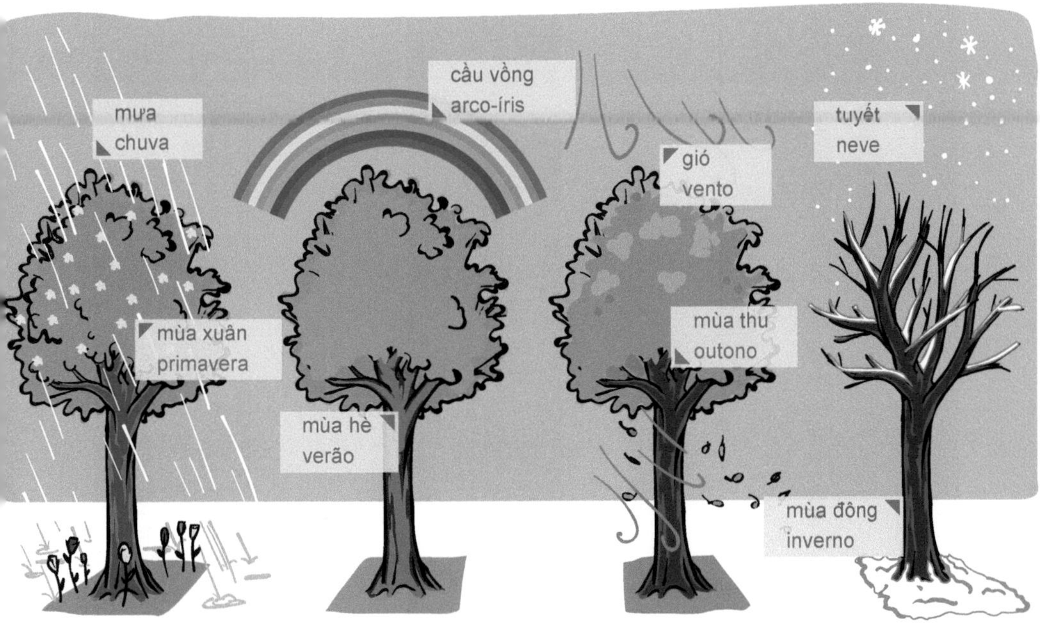

mưa
chuva

cầu vồng
arco-íris

gió
vento

tuyết
neve

mùa xuân
primavera

mùa thu
outono

mùa hè
verão

mùa đông
inverno

| 4. APRIL | 11° | ☀ |
| 5. APRIL | 4° | |
| 6. APRIL | 13° | |
| 7. APRIL | 8° | ❄ |
| 8. APRIL | 10° | ☀ |

dự báo thời tiết

previsão do tempo

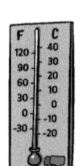

nhiệt kế

termómetro

ánh nắng

raios de sol

mây

nuvem

sương mù

neblina / nevoeiro

độ ẩm không khí

humidade do ar

tia chớp

relâmpago

sấm sét

trovão

cơn bão

tempestade

mưa đá

granizo

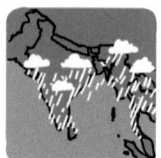

gió mùa

monção

lũ lụt

inundação

nước đá

gelo

tháng Một

janeiro

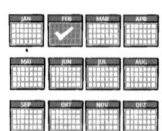

tháng Hai

fevereiro

tháng Ba

março

tháng Tư

abril

tháng Năm

maio

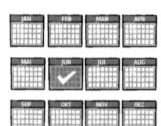

tháng Sáu

junho

tháng Bảy

julho

tháng Tám

agosto

tháng Chín
..................
setembro

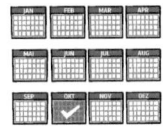

tháng Mười
..................
outubro

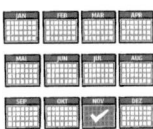

tháng Mười Một
..................
novembro

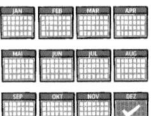

tháng Mười Hai
..................
dezembro

## hình dạng
## formas

hình tròn
..................
círculo

hình vuông
..................
quadrado

hình chữ nhật
..................
retângulo

hình tam giác
..................
triângulo

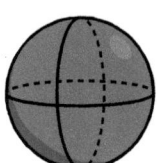

hình cầu
..................
esfera

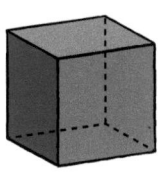

khối vuông
..................
cubo

màu trắng

branco

màu vàng

amarelo

màu cam

laranja

màu hồng

rosa

màu đỏ

vermelho

màu tím

lilás

màu xanh dương

azul

màu xanh lá cây

verde

màu nâu

castanho

màu xám

cinzento

màu đen

preto

nhiều / ít

muito / pouco

tức tối / điềm tĩnh

furioso / calmo

xinh đẹp / xấu xí

lindo / feio

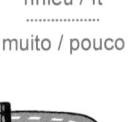

bắt đầu / kết thúc

princípio / fim

to / nhỏ

grande / pequeno

sáng / tối

claro / escuro

anh (em) trai / chị (em) gái

irmão / irmã

sạch / bẩn

limpo / sujo

đủ / thiếu

completo / incompleto

ngày / đêm

dia / noite

chết / sống

morto / vivo

rộng / chật hẹp

largo / estreito

ăn được / không ăn được

comestível / não comestível

ác / tử tế

mau / gentil

hào hứng / chán nản

entusiasmado / entediado

béo / gầy

gordo / magro

đầu tiên / cuối cùng

primeiro / último

bạn / thù

amigo / inimigo

đầy / rỗng

cheio / vazio

cứng / mềm

duro / macio

nặng / nhẹ

pesado / leve

đói / khát

fome / sede

bệnh / khỏe mạnh

doente / saudável

bất hợp pháp / hợp pháp

ilegal / legal

thông minh / ngu

inteligente / burro

trái / phải

esquerda / direita

gần / xa

perto / longe

mới / cũ

novo / usado

không có gì cả / có cái gì đó

nada / algo

già / trẻ

velho / jovem

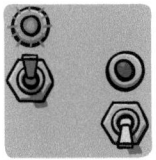

bật / tắc

ligado / desligado

mở / đóng

aberto / fechado

im lặng / ồn ào

baixo / alto

giàu / nghèo

rico / pobre

đúng / sai

certo / errado

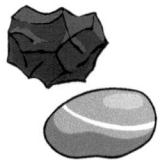

sần sùi / mịn màng

áspero / liso

buồn / vui

triste / feliz

ngắn / dài

curto / longo

chậm / nhanh

lento / rápido

ẩm ướt / khô ráo

molhado / seco

ấm áp / mát mẻ

ameno / fresco

chiến tranh / hòa bình

guerra / paz

đối lập - opostos

# con số

## números

**0**

số không

zero

**1**

một

um

**2**

hai

dois

**3**

ba

três

**4**

bốn

quatro

**5**

năm

cinco

**6**

sáu

seis

**7**

bảy

sete

**8**

tám

oito

**9**

chín

nove

**10**

mười

dez

**11**

mười một

onze

**12**

mười hai
doze

**13**

mười ba
treze

**14**

mười bốn
catorze

**15**

mười lăm
quinze

**16**

mười sáu
dezasseis

**17**

mười bảy
dezassete

**18**

mười tám
dezoito

**19**

mười chín
dezanove

**20**

hai mươi
vinte

**100**

một trăm
cem

**1.000**

một ngàn
mil

**1.000.000**

một triệu
milhão

tiếng Anh

inglês

tiếng Anh Mỹ

inglês americano

tiếng Quan Thoại

chinês mandarim

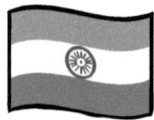

tiếng Hin-di

hindi

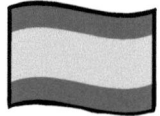

tiếng Tây Ban Nha

espanhol

tiếng Pháp

francês

tiếng Ả-rập

árabe

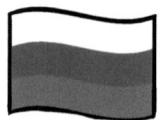

tiếng Nga

russo

tiếng Bồ Đào Nha

português

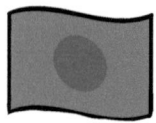

tiếng Bengal

bengalês

tiếng Đức

alemão

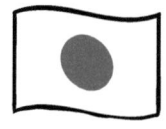

tiếng Nhật

japonês

tôi
eu

bạn
tu

anh ta / cô ta / nó
ele / ela

chúng tôi
nós

các bạn
vós

họ
eles / elas

ai?
quem?

cái gì?
o quê?

như thế nào?
como?

ở đâu?
onde?

lúc nào?
quando?

tên
nome

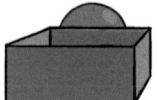

phía sau

atrás

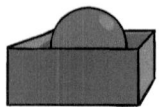

ở trong

em

phía trước

à frente de

phía trên

sobre

ở trên

em cima

ở dưới

debaixo

bên cạnh

ao lado

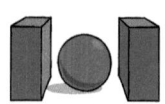

ở giữa

entre

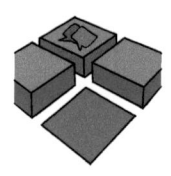

chỗ

lugar